வரலாற்றில் புராணத்திற்கு இடமில்லை

தொகுப்பும் மொழியாக்கமும்

செ. நடேசன்

எதிர் வெளியீடு

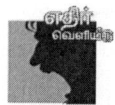

வரலாற்றில் புராணத்திற்கு இடமில்லை
கட்டுரைகள்
தொகுப்பும் மொழியாக்கமும்: செ. நடேசன்

முதல் பதிப்பு: டிசம்பர் 2017

எதிர் வெளியீடு,
96, நியூ ஸ்கீம் ரோடு, பொள்ளாச்சி – 642 002
தொலைபேசி: 04259 – 226012, 99425 11302

விலை: ரூ. 160

Varalatril Puranathirkku idamillai
Essays
Compiled and Translated by: Che. Natesan

First Edition: December 2017

Published by
Ethir Veliyeedu, 96, New Scheme Road, Pollachi - 642 002
email: ethirveliyedu@gmail.com
www.ethirveliyeedu.com

ISBN : 978-93-87333-17-8
Cover Design: Santhosh Narayanan
Printed at Jothy Enterprises, Chennai.

All rights reserved. No part of this book may be reprinted or reproduced or utilised in any form or by any electronic, mechanical or other means, now known or hereafter invented, including photocopying and recording, or in any information storage or retrieval system, without permission in writing from the Publisher.

பொருளடக்கம்

1. **வரலாற்றில் புராணத்திற்கு இடமில்லை** 5
பேராசிரியர். இர்ஃபான் ஹபீப்

2. **வரலாறு கற்பனைக்கதைத் துணுக்குகளாவதா?** 19
பேராசிரியர். இர்ஃபான் ஹபீப்

3. **மோடி அரசின் தவறான முன்னுரிமைகள்** 24
பொருளாதார அறிஞர் டாக்டர். ஜீன்ஸ் ட்ரெஸே

4. **'பாரத் மாதா கி ஜெய்' சர்ச்சை** 33
பிருந்தா காரத்

5. **மிஸ்டர் மோடி சீனர்களிடமிருந்து கற்றுக்கொள்ளுங்கள்** 38
நேர்காணல்: பங்கஜ் மிஸ்ரா, பேட்டி கண்டவர்: பஷ்ரத்பீர்

6. **மோடி அரசின் சகிப்புத்தன்மை இன்மையும்** 45
அருண்ஜேட்லியின் சுழல் விளையாட்டும்
ஜி. சம்பத்

7. **மோடியின் (மர்ம)யோகி** 50
நரேந்திர மோடியும் பாபா ராம்தேவும்
ராய்ட்டர் நிறுவனத்தின் புலனாய்வுக்குறிப்புகள்

8. **மோடியின் வீழ்ச்சி** 64
ஏ.ஜி. நூராணி

9. **மோடியின் மௌனமும் எழுத்தாளர்களின் போராட்டமும்** 75
ஆங்கிலத்தில்: சிவ் விஸ்வநாதன்

10.	கஷ்மீர்: ஜெனரல் டயரின் காலத்தை நோக்கி இந்தியா பார்த்தா சாட்டர்ஜி, சமூக அறிவியலாளர்– வரலாற்றியலாளர்	82
11.	மதவெறியில் இந்துத்துவா சக்திகளும் திருணாமுல் காங்கிரசும் சூர்யகாந்த் மிஸ்ரா	91
12.	இந்தியா பேரழிவை நோக்கிச் சென்றுகொண்டிருக்கிறது ஃபாரூக் அப்துல்லா, கஷ்மீர் முன்னாள் முதல்வர்	96

1. வரலாற்றில் புராணத்திற்கு இடமில்லை

– பேராசிரியர். இர்ஃபான் ஹபீப்

புகழ்பெற்ற வரலாற்றியலாளரான பேரா. இர்ஃபான் ஹபீப் வரலாற்றைக் காவிமயமாக்கும் தற்போதைய அரசின் மிகப்பெரிய திட்டம் கருத்தாழமும், விழிப்புணர்வும் கொண்ட வரலாற்று ஆய்வுகளின் கூர்நோக்குகளின் முன் நிற்கமுடியாது என்றும், தேசிய இயக்கத்தின்போது முழுவதும் பிரிட்டிஷ்காரர்களுக்கு விசுவாசமானவர்களாக இருந்த இந்து வலதுசாரிகள் தங்களுக்கான புகழ்மிக்க கடந்தகாலத்தை இந்த நாட்டில் கண்டுபிடிக்க வேண்டிய தேவை எழுந்துள்ளது என்றும் கூறுகிறார்.

சங்பரிவாரங்களின் இந்துத்துவா திட்டத்தைத் திணித்துப் பொதுத்துறை நிறுவனங்களின் இயல்புத்தன்மைகளை மாற்றும் முயற்சிகளில் கடந்த சில மாதங்களாக பா.ஜ.க. தலைமையிலான மத்திய அரசு ஈடுபட்டுவருகிறது. 'இந்திய வரலாற்று ஆய்வுக் கழகம் (ICHR), நேரு நினைவு அருங்காட்சியகம் மற்றும் நூலகம் (NMML), லலிதகலா அகாதமி' ஆகிய தன்னாட்சி நிறுவனங்களில் சங்பரிவாரங்களின் கொள்கைகளுக்கு உடன்பாடான தலைப்புகளில் மட்டும் ஆராய்ச்சிகளை மேற்கொள்ள வேண்டும் என்று அரசு திணிக்கிறது என்று புகழ்பெற்ற அறிஞர்கள் முன்வந்து தெரிவிக்கிறார்கள். அரசு பல்வேறுதுறைகளில் அத்துமீறி அறநெறி சாராத, அறிவியல் தன்மையற்ற ஆராய்ச்சிகளை முன்னெடுத்துச் செல்கிறது எனப் பல அறிஞர்கள் சுட்டிக்காட்டுகிறார்கள்.

பா.ஜ.க. தலைமையிலான மாநில அரசுகள் இந்துப் பெரும்பான்மைத்தன்மை கொண்ட நடவடிக்கைகளைக் கலாசாரத் துறைகளிலும்கூட அறிமுகப்படுத்துகின்றன. மாட்டிறைச்சியைத் தடைசெய்வது, கீதை, இராமாயணம் போன்ற இந்துமத நூல்களைப் பள்ளிகளின் பாட நூல்களில் அறிமுகப்படுத்துவது, நகரங்களின் அடையாளக் குறியீடுகளாக உள்ள – புதுடில்லியில் ஔரங்கசீப் ரோடு போன்றவற்றின் பெயரை மாற்றிப் புதிய பெயரிடுவது ஆகியவை இந்துத்துவா – ராஷ்ட்ரிய சுயம்சேவக் சங்–கின்

(ஆர்.எஸ்.எஸ்) முதன்மையான அரசியல் திட்டத்தை தற்போதைய அரசு முன்கொண்டுசெல்வதைப் பிரதிபலிக்கின்றன.

இந்த அரசுகளின் ஆதரவு காரணமாக அரசுக்கு உள்ளும், வெளியிலுமுள்ள இந்துத்துவ தீவிரவாதிகள் நாட்டின் பலபகுதிகளிலும் முஸ்லீம்கள் மற்றும் கிறிஸ்தவர்களுக்கு எதிராக ஒழுக்கமின்றி வெறுப்புக் கருத்துக்களைக் கூறிவருகிறார்கள். இந்தியாவின் பன்முகக் கலாசாரத்தின் மீதான இந்தத் தாக்குதல்கள், மக்கள் தங்களுக்குள் கொண்டிருக்கும் வரலாற்று இலக்கணத்தின் மீதான தாக்குதல்கள் ஆகும். வரலாற்றுப் பாடப்புத்தகங்களைத் திருத்தி எழுதுவது சங்பரிவாரங்களின் மிக முக்கியமான திட்டங்களில் ஒன்றாக உள்ளது. முதலாவது தே.ஜ.கூ அரசு 1998இல் ஆட்சிக்கு வந்தபோது துறைசார்ந்த வரலாற்றியலாளர்களின் கடும் உழைப்பை முற்றிலும் நிராகரித்துவிட்டு, இந்துத்துவா கொள்கைகளைப் புகுத்திடப் பாடநூல்களைத் திருத்தத் துணிந்தது.

இந்துத்துவாவுக்கான அரசின் ஆதரவு உலகளாவிய அளவில் ஏற்கப்பட்டுள்ள, ஆராய்ச்சித் துறைக்குத் தேவையான அறிவியல் மற்றும் சிந்தனை மரபுகளுக்கு முடிவு கட்டுவதோடு, வரலாற்றை விபரீதமான பொய்களின் அடிப்படையில் மதமயமாக்கிவிடும் என்று வரலாற்றியலாளர்களும் பிற அறிஞர்களும் நம்புகிறார்கள்.

உலக அளவில் மதிக்கப்படும் பழங்கால, மத்தியகால வரலாற்றியலாளரும், அலிகார் முஸ்லீம் பல்கலைக்கழகத்தின் வரலாற்றுத்துறைப் பேராசிரியருமான பேரா. இர்ஃபான் ஹபீப் தற்போது இன்றைய அரசு அறிவியல் ஆதாரங்களின் பின்னணி இல்லாமல் நம்பிக்கை என்ற பெயரில் பல்வேறு நிகழாத சம்பவங்களை அடிப்படையாகக்கொண்டு வரலாற்றை மாற்ற முயல்கிறது என்கிறார். 84 வயதான பேரா. ஹபீப் தன் வாழ்நாள் முழுவதும் எல்லாவகையான மத அடிப்படைவாதங்களுக்கும் எதிராகக் கடும் விமர்சனங்களை எழுப்பி வருபவர். அண்மையில் அலிகார் முஸ்லீம் பல்கலைக்கழகத்துக்குச் சிறுபான்மை நிறுவனம் என்ற அந்தஸ்து அளிக்கப்பட வேண்டும் எனச் சில குழுவினர் கோரிக்கை வைத்ததை எதிர்த்தார். அவர் எழுதிய உயர்ந்த தரத்திலான, புகழ்பெற்ற நூல்களில் ஒன்று, 'மொகலாய இந்தியாவின் விவசாய அமைப்புமுறை' (The Agrarian System of Mogul India 1556-1707) கடந்த 50 ஆண்டுகளுக்கும் மேலாக மொகலாய இந்தியாவின் தன்மையை வரலாற்று மாணவர்கள் புரிந்துகொள்வதற்கான முக்கியமான பாடநூலாக இது இருந்துவருகிறது.

பேரா. ஹபீப் இந்திய வரலாற்று ஆய்வுக் கழகத்தின் தலைவராகப் பல ஆண்டுகள் பணியாற்றியவர். மற்ற பல விருதுகளோடு 'பத்மபூஷன்' விருதையும் பெற்றவர். அவர் 'ஃப்ரண்ட் லைன்' இதழுக்காக அஜோய் ஆஷிர்வாத் மஹாபிரசாஸ்தாவுக்கு அளித்த நேர்காணல் இது.

தற்போதைய அரசியல் சூழலில் மேற்கொள்ளப்படும் பல முன்முயற்சிகள் பா.ஜ.க. தலைமையிலான அரசு இந்திய வரலாற்றை மறுவியாக்கியானம் செய்யும் திட்டத்தில் ஈடுபட்டுள்ளது என்பதைத் தெரிவிக்கின்றன. ஆராய்ச்சிக்குரிய பல முக்கியமான தளங்களை அது அடையாளம் கண்டுள்ளது. வேதகாலம், ஆரியர் பிரச்சனை, டெல்லி சுல்தான்கள் ஆட்சி, மொகலாயப்பேரரசு மற்றும் இந்துக் காவியங்கள் குறிப்பான தலைப்புகளாக உள்ளன. இந்தத் தலைப்புக்கள் துறைசார்ந்த வரலாற்றியலாளர்களால் விவாதிக்கப்பட்டு ஏற்கனவே பரிசீலிக்கப்பட்டன. இப்போதைய போக்கை நீங்கள் எவ்வாறு பார்க்கிறீர்கள்?

தற்போதைய ஆட்சியில் பொதுவாக வரலாற்று அறிவிப்புகள் சிலவற்றைத் தலைவர்கள் வெளியிட்டு வருகிறார்கள். அதன் உச்சகட்டமாக பிரதமர் நரேந்திர மோடி 'விநாயகரின் யானைத்தலை வடிவம் இந்தியாவில் மிகப்பழங்காலத்திலேயே பிளாஸ்டிக் அறுவைச் சிகிச்சை கண்டுபிடிக்கப்பட்டிருந்தது என்பதைக் காட்டுகிறது' என்று உரிமை கொண்டாடியதையும் படித்தேன். இதையொத்த மனப்பாங்குடன் அவரது கூடாரத்திலிருந்து வெளியிடப்படும் அறிவிப்புகள் பல்கிப்பெருகி வருகின்றன. இந்திய வரலாற்று ஆய்வுக்கழகத்தின் தற்போதைய தலைவர் புராணங்களை அடிப்படையாகக்கொண்ட வரலாற்றைக் கட்டமைக்க வேண்டிய தேவையைப்பற்றிக் கவனம் செலுத்தவேண்டும் என எல்லாருக்கும் அறிவித்துக்கொண்டே இருக்கிறார். அதன்படி இராமாயண, மஹாபாரத நிகழ்ச்சிகளை இணைத்து உயர்த்திப்பிடிப்பதுதான் வரலாற்றியலாளர்களின் இன்றைய தலையாய இலக்கு என்று நான் கருதுகிறேன்.

ஔரங்கசீப் சாலையின் பெயரை மாற்றுவது - ஆர்.எஸ்.எஸ். மற்றும் அதன் துணை அமைப்புக்கள் '1000 ஆண்டுகள் அன்னியர் ஆட்சி'க்கு எதிராக எழுப்பும் உறுதியான பிரகடனங்கள். டெல்லி சுல்தான்கள் அரசு, மொகலாயப் பேரரசு பற்றிய அவர்களது கருத்துக்கள் முதல் தே.ஜ.கூ. ஆட்சியில் வெளியிடப்பட்ட பாடநூல்களில் எவ்வாறு திருத்தி எழுதப்பட்டனவோ- அதேபோன்ற கதிக்கு இப்போதும் உள்ளாகும் என்பதற்கான முன்னோட்டமாகத் தோன்றுகிறது. இந்தமுறை வெளிவரவுள்ள பாடநூல்கள் முந்தைய நூல்களைவிட அறிவுக்குப் பொருத்தமிலாத புராணப் புனைவுகளில் விஞ்சிநிற்கும் என்று தோன்றுகிறது. கல்வித்துறை சார்ந்த வரலாறுகளும், ஆர்.எஸ்.எஸ். முன்நிறுத்தும் புராணங்களின் அடிப்படையில் நேர்மையற்ற வகையில் புனையப்பட்டவைகளும்

ஒத்துப்போவது என்பது இயலாத ஒன்றாகும். இங்கு கல்விப்புலம் சார்ந்த விவாதங்களுக்கு இடமே இருக்காது. எவ்வளவு தவறாகத் திரிக்கப்பட்டு அளிக்கப்பட்டாலும் வரலாறு தன்னை ஒருபோதும் மாற்றிக்கொள்ளாது. ஆனால், தேசத்தின் சிந்தனை உருவாக்கம் இதன்மூலம் மிகவும் கடுமையாகப் பாதிக்கப்படும்.

கருத்து மாறுபாடுகள்கொண்ட, 'ஆரியர்களின் தோற்றம்' என்ற பிரச்சனைக்கு எவ்வாறு வரலாற்றியலாளர்களால் தீர்வு காணப்பட்டது? இந்து வலதுசாரிகளின் நிலை 'ஆரியர்கள் எப்போதும் இந்தியாவில் இருந்தவர்களே' என்பதாக இருக்கிறது. வரலாற்று ஆதாரங்கள் இதை நிரூபிக்கின்றனவா? ஆரியர்கள் பற்றி வரலாற்றுத் தளத்துக்குள் பொதுவாக ஏற்றுக்கொள்ளப்பட்ட கொள்கை என்ன?

நீண்டகால விரிவான ஆய்வுகளின்படி இப்போது ஆரியர்கள் பற்றி ஏராளமான விளக்கங்கள் அளிக்கப்பட்டுள்ளன. 'ஆர்யா' என்ற சொல்லும், அதனுடன் தொடர்புடைய வடிவங்களும் இந்தோ - ஈரானிய மொழிகளில் 'புனிதம்' என்ற பொருளைத் தருகின்றன. 'ஈரான்'என்ற சொல்கூட வட்டார வழக்கில் 'ஆர்யா' என்பதன் பன்மைச்சொல். ஆனால், இந்தச் சொல்லை 'இந்தோ - ஐரோப்பிய மொழிகள்' பேசும் அனைவருக்கும் பயன்படுத்தியது நாஜிகளின் வேலையாகும். அவர்கள் ஜெர்மனியர்களுக்குத்தான் 'சுத்தமான ஆரியர்' என்ற தகுதி உரியது என்றார்கள். 'இந்தோ - ஐரோப்பிய மொழிகளின் உறவுகள்' இனம், மதம் ஆகியவற்றோடு தொடர்பற்றவை என்பது தெளிவாகிறது. இந்தச்சொல் இணையான மொழிகளைப் பேசுபவர்களைக் குறிக்கிறது. இரண்டாவதாக மொழிகள் பற்றிய ஆய்வுகள் மொழிகளுக்குள் உள்ள ஒத்த தன்மையைப் பற்றிய ஒரு தோராயமான சித்திரத்தை நிறுவுகிறது. அவைகள் முன்னோர்கள் என்று கருதப்படுகிறவர்களுக்கு நெருக்கமானதாக இருந்தது. புரோட்டோ - இந்தோ - ஐரோப்பியர்களும், மற்றவர்களும் இவற்றுக்கு மிகவும் அப்பால் இருந்தார்கள். ரிக்வேத சமஸ்கிருதம் மற்றும் அவெஸ்தான் ஆகியவற்றிலிருந்து ஒருவர் 'இந்தோ - ஆரியன்' அல்லது 'புரோட்டோ - இந்தோ - இரானியன்' என்பதைக் கட்டமைக்கலாம். ஆனால், அவற்றை ஹிட்டிட்டோ அல்லது அல்பேனியனோடு ஒப்பிடும்போது அவை வரலாற்று ஏணியின் கீழ்தளத்தில் உள்ளன. எனவே இந்தியா ஒருபோதும் 'மூல புரோட்டோ - இந்தோ - ஐரோப்பிய' மொழிகளின் தாயகமாக இருந்ததில்லை. இதிலிருந்து பிரச்சனைகளை உருவாக்குவதும், நாஜிகள் செய்ததுபோலவே

ஆரியர்களாகிய நாங்கள் (இந்தியாவிலிருந்து) வெளியே சென்று உலகத்தை நாகரிகமடையச் செய்தோம் என்றும், 'ஆரியர்' அல்லது 'இந்துத்துவா' என்பது நாகரிகத்துக்கு ஒத்த பொருளுடையது என்றும் ஆதாரங்களின்றிக் கூறுவது சிறுபிள்ளைத்தனமானதாகும். புரோட்டோ - இந்தோ ஐரோப்பிய மொழிகளின் பயன்பாட்டில் இருந்த சொற்களின் மறுகட்டமைப்பு அந்த நாட்களிலிருந்த நாகரிகம் முதிர்ச்சியடையாத நிலையில் இருந்ததைக் காட்டுகிறது.

அரசு அண்மையில் டெல்லியில் உள்ள ஔரங்கசீப் ரோட்டை ஏ.பி.ஜெ. அப்துல்கலாம் ரோடு எனப்பெயர் மாற்றம் செய்துள்ளது. இது பொதுக்கருத்தில் இந்துக்களுக்கு எதிராகக் கொடுங்கோலன் என்று பார்க்கப்பட்ட மொகலாய அரசரின் நினைவுகளை அழிக்கும் ஒரு குறிப்பிடத்தக்க நடவடிக்கையாகும். ஔரங்கசீப்பையும், அவரது காலத்தையும் நீங்கள் எப்படி மதிப்பிடுகிறீர்கள்? சங்பரிவாரங்களால் அவரை 'இந்துக்களுக்கு எதிரான அரசர்' என்ற கருத்தை எப்படி வெற்றிகரமாக உருவாக்க முடிந்தது?

ஔரங்கசீப் ரோட்டின் பெயர் மாற்றத்தை எதிர்க்கும்போது ஔரங்கசீப்பின் தரப்பில் நிற்பதற்கு எந்தவிதக் காரணமுமில்லை. அவர் தனது இரண்டு சகோதரர்களைக் கொன்றவர். தனது தந்தையையே சிறைப்படுத்தியவர். தனது முன்னோர்களின் மதக்கொள்கைகளில் ஒருபகுதியை மாற்றியவர். முஸ்லீம் அல்லாதவர்கள்மீது பாரபட்சமான வரியை - குறிப்பாக ஜஸியா வரியை - விதித்தவர். சில கோவில்களை - குறிப்பாக மதுராவிலிருந்த கேசவ்ராய் கோவிலை அழித்தவர். ஆனால், இவற்றுக்கெல்லாம் மாறாகப் பிருந்தாவன் போன்ற பல கோவில்களுக்கு மானியங்களைத் தொடர்ந்து வழங்கினார். இந்துக் கோவில்களுக்கு வேறுபல மானியங்களை அல்லது சலுகைகளை அளிக்க உத்தரவுகளைப் பிறப்பித்தார். இவையெல்லாம் வரலாற்றில் பதியப்பட்டுள்ளன.

இந்தியாவுக்கு வந்த அயல்நாட்டுப்பயணிகள் அவரது ஆட்சிக்காலத்தில் மதஉணர்வுகளால் கட்டமைக்கப்பட்ட இரக்கமற்ற அரசாகப் பார்க்காமல் மதசகிப்புத்தன்மை மிக்க அரசு என்ற பொதுவான சித்திரத்தையே வரைந்தார்கள். அதேநேரத்தில், ஒருபுறம் முஸ்லீம் மத அடிப்படைவாதிகள் அவரை ஆழ்ந்த சமய நம்பிக்கை கொண்டவரோ அல்லது மதம் சார்ந்த முனைப்புக் கொண்டவரோ அல்ல என்றும், மறுபுறம் இந்துத்துவா உணர்வு கொண்டவர்கள் அவரை மதவெறி கொண்டவர் என்றும்

கருதினார்கள். அவருக்குப் பெருமை அளிக்கும் சாதனை ஒன்றும் உண்டு. அவர் சிலகாலம் இந்தியா முழுவதையும் நடைமுறையில் ஓர் அரசியல் மையத்தின்கீழ் இணைத்தார். அதன்மூலம் மொகலாயப் பேரரசோடு 'இந்துஸ்தான்' என்ற அடையாளத்தையும் நிறைவு செய்தார். அது மிகவும் வியப்பூட்டும் வகையில் மக்களின் உணர்வோடு ஒன்றிப்போயிருந்தது. எடுத்துக்காட்டாக, 1857இல் சிப்பாய்க் கலகத்தில் பங்கேற்றவர்களில் பெரும்பான்மையினர் பிராமணர்கள்.

இந்துக் கோவில்களை இடித்ததற்காக ஔரங்கசீப் - எடுத்துக்காட்டாக வாரணாசியில் காசி விசுவநாதர் கோவில், மதுராவில் கிருஷ்ண ஜன்மபூமி- பொதுஉணர்வில் இகழப்பட்டார். சங்பரிவாரங்கள் தங்களது 'முஸ்லீம் / அன்னியர் ஆட்சி' என்ற வாதத்தை உண்மை என்று காட்டுவதற்காக சோம்நாத் கோவில் இடிக்கப்பட்டதைக் கூறுகிறார்கள். வரலாற்றியலாளர் ரிச்சர்ட் ஈட்டன் கோவில் இடிப்புப் பிரச்சனைக்கு எதிராக நிற்க முயற்சித்திருக்கிறார். இந்தப் பிரச்சனைகளுக்கு இந்திய வரலாற்றியலாளர்கள் எவ்வாறு தீர்வு கண்டனர்?

ஔரங்கசீப் ரோட்டின் பெயரை மாற்றுவது முதல்கட்டம் என்று தோன்றுகிறது. தேசிய இயக்கம் தோற்றுவிக்கப்படும்வரை இந்தியர்களின் உணர்வில் ஜனநாயகம் என்பது இருக்கவில்லை. டெல்லி சுல்தான்களின் ஆட்சியிலும், மொகலாயப் பேரரசிலும் செல்வாக்குப் பெற்றவர்களாக மேட்டுக்குடியினரும், முஸ்லீம் மதப்பெரியவர்களும், இந்து மேல்சாதி நிலவுடமையாளர்களான ஜமீன்தார்களும் இருந்தார்கள். ஔரங்கசீப்பின் கடைசிக் காலத்தில் அவரது இராணுவத் தளபதிகளில் 30% பேர் இந்துக்கள். முதன்மையாக ரஜபுத்திரர்களும், மராத்தியர்களும் இருந்தார்கள் என்று கணக்கிடப்பட்டுள்ளது. ஆட்சி செய்தவர்கள் இந்தநாட்டைச் சுரண்டிச் செல்வங்களையெல்லாம் வெளிநாட்டுக்கு அனுப்பிய அன்னியர்கள் அல்ல. எனவே, 'அன்னியர் ஆட்சி' என்று அழைப்பது அபத்தமானது. அவர்கள் உருவாக்கிப் பின்னர் விட்டுச்சென்றதெல்லாம் நினைவுச் சின்னங்களாகவும், கலைச்செல்வங்களாகவும் இந்தியாவுக்குப் புகழையும், பெருமையையும் ஈட்டித்தந்துள்ளன.

கோவில் இடிப்பைப் பொருத்தவரை ரிச்சர்ட் ஈட்டனுடன் முழுவதும் ஒத்துப்போக என்னால் முடியவில்லை. அவர்கூட அவற்றில் எதையும் தனக்கு ஏற்புடையதாகக் கருதவில்லை. அதற்குமாறாக சோம்நாத் கோவில் முகமது கஜினியல்

அழிக்கப்பட்டது. ஆனால், அவர் இந்திய ஆட்சியாளர்களில் ஒருவராகக் கருதப்படவில்லை. கஜினி முகமதுகூட ஒரு சிக்கலான குணவியல்பு கொண்டவராகவே இருந்திருக்கிறார். தனது முஸ்லீம் குடிமக்களை ஒழுங்கு-கட்டுப்பாட்டின்கீழ் வைத்திருக்க மிக அதிக அளவில் இந்துப் படைவீரர்களையும், இந்துத் தளபதிகளையும்தான் நியமித்திருந்தார். அத்தகைய ஒரு தளபதி பரந்தமனம் கொண்ட தந்திரியான திலக் கஜினிக்கு மிகவும் பிடித்தமானவராக இருந்தார். டெல்லி சுல்தான்களைப் பொருத்தவரை அவர்களது ஆட்சியின்கீழ் இந்துக்கோவில்கள் பல கட்டப்பட்டன. அவற்றில் மிகவும் குறிப்பிடத்தக்க ஒன்றாக புத்தகயாவில் உள்ள மகாபோதி கோவில் 1295-98இல் புனர்நிர்மாணம் செய்யப்பட்டது. மொகலாயர்கள் ஆட்சியின்கீழ் புதிதாகக் கட்டப்பட்ட, புனர்நிர்மாணம் செய்யப்பட்ட கோவில்களின் பட்டியல் முடிவில்லாமல் நீள்கிறது. ஔரங்கசீப்பின் கடைசிக்காலத்தில் அவர் தனது மகனுக்கு எழுதிய கடிதங்களின் கையெழுத்துத் தொகுப்பை நான் படித்தபோது திகைத்துப் போய்விட்டேன். அவர் தனது மகனுக்கு எழுதிய ஒரு கடிதத்தில் ஔரங்காபாத் செல்லும்போது எல்லோராவில் உள்ள சிற்பங்களைக் காணத் தவறவேண்டாம் என்று குறிப்பிட்டு, ‘அவை கடவுளின் படைப்புகளில் ஆச்சரியம் விளைவிக்கும் ஒன்று’ என விளக்கியுள்ளார்.

கலாசாரத்துக்குப் பலமுனைகள் உண்டு என்பதை ஒருவர் கட்டாயம் நினைவில் கொள்ளவேண்டும். இந்தக் கருத்தாக்கத்தின் காவியத்தன்மைமிக்க வெளிப்பாடாக முதன்முதலில் 1928லும், அதற்குப் பின்னரும் பதிப்பிக்கப்பட்ட தாராசந்த் எழுதிய ‘இந்தியக் கலாசாரத்தின் மீதான இஸ்லாத்தின் செல்வாக்கு’ (Influence of Islam on Indian Culture) என்ற நூல் விளங்குகிறது. இதில் காணப்படாத ஓர் அம்சம் தற்போது வெளிப்படையாகக் கொண்டாடப்படும் ‘இந்திய தேசபக்தி’ ஆகும். இந்த தேசபக்தி உணர்வின் உண்மையான முதல்வெளிப்பாடு - இந்தியாவையும், அதில் வாழும் மக்களையும் பிற நாடுகளோடும், அவற்றின் மக்களோடும் சாதகமானமுறையில் ஒப்பிட்டு இந்தியாவின் இயற்கை அழகு, அதன் தட்பவெப்ப நிலை, அதன் பிராமணீய அறிஞர்கள், அதன் மொழிகளின் சிறப்பு - சமஸ்கிருதத்தின் அவசியம், உலகுக்கு இந்தியர்கள் அளித்த பங்களிப்புக்கள், மேல்விபரங்கள், பதின்ம- பின்ன எண்கள் வைப்புமுறை, சதுரங்கம் மற்றும் பஞ்சதந்திரக் கதைகள் - இவையெல்லாம் சமஸ்கிருதத்தில் அல்ல -இறக்குமதி செய்யப்பட்ட பெர்ஷிய மொழியில் அரசவைக் கவிஞரான அமீர்குஷ்ரூவின்

‘சிபி’இல் கி.பி.1318இல் எழுதப்பட்டது. மிகவும் வித்தியாசமான படைப்பு - அதுவும் ‘அன்னியர் ஆட்சி’யில்!

தாராசந்த் கூட டெல்லி சுல்தான்களின் ஆட்சியில் அடையப்பட்ட மிகப்பெரிய பயனாக ‘இந்திய மக்களிடையே இணைந்துவாழும் மாபெரும் கூட்டுறவு உணர்வு வளர்க்கப்பட்டது’ எனத் தனது குறிப்பில் எழுதியுள்ளார். இதற்கு அப்பால் உறுதியாக வாழ்க்கைபற்றிய, பிற நாடுகளின் அறிவாற்றல் பற்றிய, கலாசாரங்கள் பற்றிய குறுகிய பார்வையில்லாத, விரிந்த கண்ணோட்டத்துடன்கூடிய நல்ல புரிந்துணர்வு இருந்தது. அதை இங்கு குவிந்திருந்த பெர்ஷிய, அராபிய செல்வாக்கு வளர்த்தெடுத்தது.

சங்பரிவாரங்களின் கருத்துப்படி மொகலாயப் பேரரசும், டெல்லி சுல்தான்கள் ஆட்சியும் இந்துக்களுக்கு எதிரான ஆட்சிகள். பேரரசுகள் இருந்தன. இந்துக்களின் சொத்துகளையும், உபரி உற்பத்திகளையும் முஸ்லீம்கள் சுரண்டினார்கள். உங்கள் கருத்து என்ன?

கேள்வியின் முதல்பகுதிக்குப் போதுமான அளவு விளக்கம் கூறியிருப்பதாக நான் கருதுகிறேன். இரண்டாம் பகுதியைப் பொருத்த அளவில் - இந்துக்கள் உபரியாக உற்பத்தி செய்தார்கள். அவற்றை முஸ்லீம்கள் வசப்படுத்திக் கொண்டார்கள் என்பது எவ்வளவு பெரிய அபத்தம் என்பதைப் புரிந்துகொள்ள வேண்டும். அதற்கு மாபெரும் மொகலாய நிலஅளவீடான ‘அயின்-இ-அக்பாரி’(Ain-e-akbari)யை ஒருவர் ஆய்வு செய்யவேண்டும். ஜமீன்தார் சாதிகளின் கிராமவாரியான கணக்கெடுப்பு இதைக் காட்டுகிறது. இந்து மேல்சாதியினரையே ஜமீன்தார் வர்க்கம் கொண்டிருந்தது. எங்கு பெரும்பகுதி முஸ்லீம்கள் விவசாயிகளாக இருந்தார்களோ அங்கும்கூட -வங்காளத்தில் இருந்ததுபோல- இந்து ஜமீன்தார்கள் மிகவும் சுரண்டுபவர்களாகவே இருந்தார்கள். இது பிரிட்டிஷார் வரும்வரை நீடித்தது.

எந்த ஒரு வெளிநாட்டுக் கணக்கெடுப்பும் இந்தியர்களின் வறுமையிலிருந்து முஸ்லீம்களை விலக்கிவைக்கவில்லை. நிலவரியைப் பொருத்தவரை முஸ்லீம் விவசாயிகளுக்கு அவர்களுடனிருந்த இந்து விவசாயிகளைவிட எந்த ஒரு கூடுதல் சலுகைகளும் அளிக்கப்பட்டுப் பிரித்துவைக்கப்படவில்லை. கூலி அளவுகளும் ஒரு விவசாயி இந்துவா அல்லது முஸ்லீமா என்பதைவைத்து வேறுபடவில்லை. முஸ்லீம்களில் சிலர் சொத்துவைத்திருந்தார்கள் என்றால் பனியா வியாபாரிகளும்,

பேங்கர்களும் நாட்டின் வர்த்தகத்தைத் தங்கள் கட்டுப்பாட்டுக்குள் வைத்து, வங்கி வைப்புத்திட்டம், ஆயுள்காப்பீட்டுத் திட்டம் போன்ற அமைப்புகள் மூலம் மொகலாயர் ஆட்சியின்கீழ் வளர்ச்சி பெற்றார்கள். சங்பரிவாரங்கள் கொண்டிருக்கும் பார்வை அடிப்படை இல்லாதது.

டெல்லிப் பல்கலைக்கழகத்தின் சமஸ்கிருதத்துறை ரிக்வேதகாலம் பற்றிய ஒரு பயிற்சிப் பட்டறையைத் திட்டமிட்டுள்ளது. வரலாற்றுத்துறைக்கு உரிய ஒரு தலைப்பில் சமஸ்கிருதத்துறை அளவுக்கு அதிகமான ஆர்வத்தை ஏன் எடுத்துக்கொள்கிறது? அது, வானியல் ஆய்வுகளின் அடிப்படையிலான சில ஆவணங்களை வெளியிடப்போவதாகவும் கூறுகிறது. அவை ரிக்வேதகாலம் எப்போது நிலவியது என்ற கருத்தை மாற்றக்கூடும். ரிக் வேதகாலத்தைப் பல நூற்றாண்டுகளுக்கு முன்கொண்டு சென்று, இந்து நாகரிகம்தான் மிகவும் பழமையானது. அதன்படி எல்லா நாகரிகங்களையும்விட மேலானது என்ற தங்கள் பார்வையை நியாயப்படுத்த சங்பரிவாரங்கள் தொடர்ந்து பிரச்சாரங்களைச் செய்து வருகின்றன. வரலாற்றியல்பூர்வமான ஆய்வுகள் எதைக் காட்டுகின்றன?

ரிக்வேதத்தின் காலம் பலவழிகளில் தோராயமாகக் கண்டறியப்பட்டுள்ளது. கி.மு.மூன்றாம் நூற்றாண்டில் அசோகர் தனது கல்வெட்டுகளில் ரெக்னல் ஆண்டுகளைப் பயன்படுத்துவதற்கு முன் இந்தியாவில் ஆண்டு- நாள் குறிப்பிடும்முறை இருந்ததில்லை என்பதை நாம் கட்டாயம் நினைவில் கொள்ளவேண்டும். எனவே, வேதப்பாடல்களில் (மந்திரங்களில்) காலக்குறிப்புகள் இயல்பாகவே இல்லை. அவை எப்போது இயற்றப்பட்டன என்பதைக்காண வேறுவழிகளைப் பார்க்கவேண்டும். உதாரணமாக, ரிக்வேதத்தில் ரதம் அல்லது குதிரையால் இழுக்கப்படும் சாரட்வண்டி பற்றி விளக்கப்படுகிறது. இத்தகைய ரதங்கள் பற்றிய மிகமுந்தைய அகழ்வாய்வு ஆதாரங்கள் ரஷ்யா மற்றும் கஜகஸ்தானின் மிகப்பரந்த புல்வெளிகளில் அவற்றின் முதல் பயன்பாடு கி.மு.2,000க்கு அப்பால் போகவில்லை என்பதைக் காட்டுகின்றன. எனவே, ரிக்வேதப்பாடல்கள் கி.மு.2,000த்துக்கு முன் இருந்திருக்கமுடியாது.

மற்றொன்று மொழி. ரிக்வேதம் மற்றும் அவெஸ்தான் மொழிகள் ஒன்றுக்கொன்று மிகவும் நெருக்கமானவை. மெஸபடோமியக் கல்வெட்டுக்களில் உள்ள இரானியப் பெயர்கள் அவெஸ்தானின் முந்தைய பகுதிகளை கி.மு.1,000த்துக்கு பின்கொண்டு செல்கின்றன. எனவே ரிக்வேதகாலம் தோராயமாக கி.மு.இரண்டாம் நூற்றாண்டில்

வைக்கப்படலாம். இது அதனுடைய செம்புக்காலத்தை அறிந்திருந்த தன்மையோடு - இரும்புக்காலத்தை அல்ல - ஒத்துப்போகிறது. ரிக்வேதத்தின் கடவுளர்கள் மனிதஇன வடிவியல் வகையைச் சார்ந்தவர்கள். சிந்துசமவெளிக் கடவுளர்களைப்போல விலங்கின வடிவியல் வகை அல்ல. சிந்து சமவெளி நாகரிகம் கி.மு.1,800களில் தகர்ந்துபோய் விட்டதால், ரிக்வேத காலத்தின் உச்சவரம்பு கி.மு.1,800தான் என அறியலாம். ரிக்வேதத்தில் வானியல் விளக்கங்கள் மிகவும் குறைவு. எனவே, டெல்லிப் பல்கலைக் கழகத்தின் சமஸ்கிருதத்துறை ரிக்வேதத்தை முழுமையாகப் படித்தால்தான் அதில் என்ன இல்லை என்பதை அறியமுடியும். அவர்கள் ரிக்வேதத்திலிருந்து உணர்வுப்பூர்வமான தாக்கத்தை ஏற்படுத்தும் எதையும் பெறமுடியாது. வழக்கத்துக்கு மாறாக ஆர்.எஸ்.எஸ். சிந்தனாவாதிகள் ரிக்வேதத்துக்கு மிகத்தொன்மையான பழங்காலத்தை உரியதாக்கப் பேரார்வம் கொண்டிருக்கிறார்கள். *(அவர்களது நட்சத்திர அந்தஸ்துகொண்ட அகழ்வாராய்ச்சியாளரான வி.எஸ்.வாகன்கர் ரிக்வேதகாலத்தை கி.மு.8,000த்தில் வைக்கிறார். - அதாவது புதிய கற்காலத்தில்!)* டெல்லிப் பல்கலைக்கழகத்தின் சமஸ்கிருதத்துறையின் முயற்சியால் இதுபோன்ற அபத்தமான எத்தகைய முடிவுக்கும் வரமுடியும் என்று தெரிகிறது. ஏனெனில் டெல்லிப் பல்கலைக்கழகத்தின் பல அடுக்குகளில் ஆர்.எஸ்.எஸ். தனக்கு விசுவாசமான பல சீடர்களைக் கொண்டிருக்கிறது!

டெல்லியில் உள்ள லலிதகலா அகாதெமி இப்போது ஒரு கண்காட்சியை நடத்திவருகிறது. அது, 'ரிக் வேதத்திலிருந்து ரோபோக்கள் வரை' என அழைக்கப்படுகிறது. இந்தக் கண்காட்சியின் நோக்கம் 'இராமன் ஒரு வரலாற்றுப் பாத்திரம்' என்ற கொள்கையையும், 'சரஸ்வதி நதி முற்காலத்தில் இருந்தது', 'மகாபாரதப்போர் உண்மையிலேயே நடைபெற்றது' என்பன போன்ற பிறகொள்கைகளையும் நிரூபிப்பதற்காக என்று சொல்லப் படுகிறது. இதற்கு சங்பரிவார வரலாற்றியலாளர்கள் முன்வைக்கும் ஆதாரங்களின் தன்மை என்ன?

இந்த இராமாயணப் பிரச்சனை அதிர்ஷ்டவசமாக மிகப் பழமைவாத அடையாளங்களில் தோய்ந்த வரலாற்றியலாளரான மறைந்த பேராசிரியர். டி.சி.சர்க்கார்-ஆல் அவரது *'இராமாயணத்தின் பிரச்சனைகள்'* (Problems of The Ramayana) என்ற தலைப்பில் விரிவாக விவாதிக்கப்பட்டுள்ளது. அவர் அதன் அற்புதமான அழகை வியந்து பாராட்டுகிறார். ஆனால், அதற்கு வரலாற்றுத்தன்மை அளிக்கப்படுவதை மிகஉறுதியாக மறுக்கிறார். பிராமணிய, யூத,

இஸ்லாமிய மரபுகளின் மதஉணர்வுகளுக்கும், புராணங்களைத் தொடர்புபடுத்தும் நிகழ்வுகளுக்கும் வரலாற்றில் எப்போதும் இடமில்லை. இந்தப் புராணக்கதைகள் இப்போது ஏன் அடிக்கடி எழுகின்றன? இது ஆராய்ச்சியாளர்கள் விசாரித்தறிய வேண்டிய சுவையான கேள்வியாகும்.

இந்தியாவின் எல்லாப் பகுதிகளிலும் மாட்டிறைச்சியைத் தடை செய்யும் முயற்சியில் அரசு ஆர்வத்தோடு முனைப்புக்காட்டி வருகிறது. இந்த நடவடிக்கை, இந்துக்கள் மாட்டிறைச்சியை உண்ண விருப்பமில்லாதவர்கள் என்று கருத வைக்கிறது. உணவுப்பழக்க வழக்கங்கள் குறிப்பாக மாட்டிறைச்சியை உண்பது இந்திய வரலாற்று ஆய்வுகளில் எவ்வாறு பார்க்கப்படுகிறது?

இயல்பாகவே மிருகங்களைப் (பசு உள்ளிட்ட கால்நடைகளை) பலியிடுவது வேத மதத்தின் ஒருபகுதியாகவே இருந்தது என்பதை வரலாற்றியலாளர்கள் நீண்டகாலமாகவே அறிந்துள்ளார்கள். பேராசிரியர் டி.என்.ஜா இதுதொடர்பான மிகப்பொருத்தமான தகவல்களை ஒருங்கிணைத்துத் தனது ‘இந்திய உணவு மரபுகளில் மாட்டிறைச்சி’ என்ற நூலில் தந்துள்ளார். புத்த மதமும், ஜைன மதமும் தோன்றிய பிறகு பசுவதைக்கு எதிராகவும், மாட்டிறைச்சிக்கு எதிராகவுமான ஓர் அறுவருப்பு பொதுவாக வளர்ந்து வந்தது. இருந்தாலும் சத்திரியர்களிடையேயும், பல கீழ்ச்சாதியினரிடையேயும் மாட்டிறைச்சியை உண்ணுவதும் தொடர்ந்து நீடித்து வந்தது. இந்த விஷயம்பற்றிய ஒரு குறிப்பிடத்தக்க கட்டுரையை ‘வரலாற்றில் பசு’ (The Cow in the History) என்ற தலைப்பில் ஹெச்.டி.சந்தாலியா 1967 கருத்தரங்கில் படைத்துள்ளார். மிகவும் புகழ்பெற்ற அகழ்வாராய்ச்சியாளரான அவர் கடுமையான சைவ உணவுப்பிரியரும் கூட.

வரலாற்று அறிவுத்துறையில் ஆய்வுகள் எவ்வாறு செய்யப்படவேண்டும்? அது தீர்வுகாணப்படாத கொள்கைசார்ந்த பிரச்சனையா? அங்கு சாதகவாதிகள், தாராளவாதிகள், நிகழ்ச்சி நிரல்வாதிகள், மார்க்சியவாதிகள், அதிகாரவர்க்கவாதிகள், பின்காலனியவாதிகள் எனப் பல்வேறு சிந்தனைப்போக்குகள் உள்ளன. இந்து வலதுசாரிகள் தங்கள் வாதங்களை முன்வைக்கும்போது ஏதாவது ஒரு சிந்தனைமுறையைப் பின்பற்றுகிறார்களா? மேலும் வரலாற்று அறிவுத்துறையில் ஆரோக்கியமான விவாதங்களுக்கு இடமளிக்கும்வகையில் ஏராளமான விளக்கங்களுக்கு வாய்ப்புக்கள் உள்ளன. இருந்தாலும்

துறைசார்ந்த வரலாற்றியலாளர்கள் இந்திய வரலாறு பற்றிய இந்து வலதுசாரிகளின் விளக்கங்களுக்கு ஏன் முகம் சுழிக்கிறார்கள்?

வரலாற்றுத்துறையில் வெவ்வேறு சிந்தனைமரபுகள் இருந்தாலும் வரலாற்றியலாளர்கள் எந்த விஷயத்தின்மீதும் ஒருமித்த கருத்துக்கு வருவதில்லை என்பது தவறு என்பதில் நாம் தெளிவாக இருக்கவேண்டும். அக்பர் 1556இல் அரியணை ஏறினார். 1605இல் மரணமடைந்தார் என்ற உண்மையை ஒத்துக்கொள்ளாதவர்கள் ஒருவருமில்லை. அல்லது அசோகர் தனது தம்ம மதத்தைப் போதிக்கத் தனது கட்டளைகளை பிராகிருதம், கிரேக்கம், ஆர்மீனிய மொழிகளில் பிறப்பித்தார் என்பதையும் யாரும் ஒத்துக்கொள்ளாமலில்லை.

மூல ஆதாரங்கள், அகழ்வாராய்ச்சிகள், நாணயங்கள், உலோகங்கள், காலத்தைக் கணக்கிடும் கார்பன் அளவைகள், புதைபடிமஇயல் முதலான முறைகளைப் பயன்படுத்தி நிலைநாட்டப்பட்ட ஏராளமான உண்மைகளை ஏற்றுக்கொள்வதில் ஒத்துப்போகாத தன்மைக்கு இடமேயில்லை. இந்த உண்மைகளிலிருந்து தேர்ந்தெடுக்கப்பட்டவற்றில், எந்த அம்சம் மாற்றத்துக்கு மிகவும் காரணமாக, எந்தவகையில் இருந்தது என்பதைப் புரிந்துகொள்வதில் ஏற்படும் கருத்துவேறுபாடுகள் நியாயமும், நேர்மையும் கொண்டவை. நீங்கள் குறிப்பிட்ட பலவகை சிந்தனைப்போக்குகள் தங்கள் முடிவுகளுக்கான வெவ்வேறு கருதுகோள்களை இந்தப்பகுதியில் கொண்டுள்ளன.

வலதுசாரி முகாம்களை- இந்துவோ, முஸ்லீமோ அல்லது வேறு எந்தப்பிரிவோ பற்றிப் பேசும்போது பல்வேறு வழிமுறைகளைப் பயன்படுத்தி வரலாற்று உண்மைகள் நிலைநாட்டப்பட்ட பிறகே அவர்களது கருத்துகள் துவங்குகின்றன என்பதை நீங்கள் பார்க்கவேண்டும். இத்தகைய வரலாற்றியலாளர்களாகத் தங்களது அரசியல் மற்றும் சமூகப்பார்வைகளை வலதுசாரியாகக் கொண்டுள்ள ஆர்.சி. மஜூம்தார், டி.சி. சர்க்கார் ஆகியோரைக் குறிப்பிடலாம்.

உங்கள் வார்த்தைகளில் சொல்வதென்றால் இந்த இந்து வலதுசாரிகள் இப்போது செய்வதெல்லாம் வரலாற்று ஆய்வுமுறைகளையே நிராகரிப்பதுதான். இவ்வாறு செய்வதன்மூலம் மஜூம்தார், சர்க்கார் ஆகியோரைப் பார்ப்பதற்குப் பதிலாக, எந்தவித அடிப்படையுமின்றி தொப்பிக்குள்ளிருந்து 'உண்மைகளைக்' குஞ்சுகளாகப் பொறிக்கக்கூடிய வித்தைக்காரனைப் போன்ற சுவாமி

டேவிட் ஃப்ராவ்லியைப் போற்றிப் பாராட்ட விரும்புகிறார்கள். அண்மையில் அவர் உண்மையாகவே 'பத்மபூஷன்' விருது அளிக்கப்பட்டுக் கௌரவிக்கப்பட்டார்! அமெரிக்கவாழ் NRIயும், நாசா விஞ்ஞானியுமான நவரத்ன ராஜாராம் என்பவரிடமிருந்து இன்னொருவகையான ஆதாரம் கிடைக்கிறது. சிந்து சமவெளி நாகரிகத்தில் ஆரியர்களின் பங்கு இருந்தது என்பதை நிலைநாட்டுவதற்காக இவர், 'குதிரை தாங்கிய சிந்து சமவெளி முத்திரை' ஒன்றை உற்பத்தி செய்தார். இவரது இந்த மோசடிச்செயலை ஃப்ரண்ட்லைன் -இல் (Horse Play in Harappa - Front Line October 13, 2,000) மைக்கேல் விட்செல் அம்பலப்படுத்தினார். இத்தகைய ஒரு கும்பலோடு விவாதிப்பது நேரத்தை வீணாக்குவதாகும். அதற்காக விவாதங்களே நடக்கவில்லை என்று நீங்கள் கூறுவது தவறு. பொருத்தமான நேரங்களில் எப்போதெல்லாம் கட்டுரைகளோ, கலைப்படைப்புகளோ முன்வைக்கப்படுகிறதோ அப்போதெல்லாம் அவை விவாதங்களுக்கு எடுத்துக்கொள்ளப்பட்டிருக்கின்றன.

இதுதொடர்பாக வலதுசாரிப்பிரிவு வரலாற்றியலாளர்களின் முடிவுகள் எடுக்கப்படுவதற்கான அறிவியல் அடிப்படை எது? உதாரணத்துக்குச் சொல்வதென்றால் இந்துக் காவியங்களைப்பற்றி ஒய்.வி. ராவும், இந்து தேசியம் பற்றி ராகேஷ் சின்ஹாவும் எடுத்த முடிவுகளுக்கான அறிவியல் அடிப்படை எது?

பேராசிரியர் ராவ்-இன் ஆய்வுக்கான சொந்தப்பகுதி, 'பிரிட்டிஷ் ஆட்சியின்கீழ் இருந்த வடபகுதி சர்க்காரில் நிலப்பிரச்சனைக்கான தீர்வு' என நான் புரிந்துகொள்கிறேன். புராணங்கள் அல்லது காவியங்கள் பற்றிய அவரது எந்த ஓர் ஆராய்ச்சியையும் நான் பார்த்ததில்லை. ராகேஷ் சின்ஹா தேசிய இயக்கம் பற்றி என்ன எழுதியிருக்கிறார் என்று எனக்குத் தெரியாது.

எப்போது ஆட்சிக்கு வந்தாலும் இந்து வலதுசாரிகள் வேறு எந்தத்துறையையும்விட வரலாற்று அறிவுத்துறையை மட்டுமே குறிவைப்பது ஏன்? 'இந்திய வரலாற்றை எழுதுவதென்பது ஒருதரப்பினருக்கு ஆதரவாக இடதுசாரிகளாலும், மதசார்பற்ற காங்கிரசாலும் ஆதிக்கம் செலுத்தப்பட்டதாக இருந்தது. எனவே அறிவுத்துறையில் பெரிய இடம்தேவை' என்று எப்போதும் கூறுகிறார்கள். இதுபற்றிய உங்கள் கருத்து?

ஆர்.எஸ்.எஸ். ஆட்களிடம் ஓர் உளவியல் சிக்கல் இருக்கிறது! 'தேசியம்' என்று அவர்கள் கூப்பாடுபோட்டாலும், அதை அவர்கள்

அதை 1947க்குப் பின் இப்போதுதான் செய்கிறார்கள். இப்போது அவ்வாறு செய்வது பாதுகாப்பானது என்பதால். அவர்கள் தேசிய இயக்கத்துக்கு எந்த ஒரு ‘கதாநாயகனை’யும் தங்களிடமிருந்து அளிக்கவில்லை. ஏனெனில் அந்த நேரத்தில் அவ்வாறு செய்வது சிறைச்சாலைக்குச் செல்வது அல்லது வேறுவகையான தொல்லைகளுக்கு உள்ளாவது என்றாகிவிடும். அப்போது அவர்கள், ‘இந்து, இந்தி, இந்துராஜ்யம்’ என்ற கோஷத்தை முழங்கி பிரிட்டிஷ்காரர்கள் தரப்பில் பாதுகாப்பாக இருந்துகொண்டு, தேசிய இயக்கத்தை வலுவிழக்கச்செய்ய முயற்சித்தார்கள். அவர்களது நடவடிக்கைகள் நாட்டின் பிரிவினைக்கு வழிவகுக்கவில்லையா? இப்போது அவர்கள் அந்தப்பழியைக் காந்தி மற்றும் நேருவின்மீது சுமத்தவில்லையா? இவ்வாறு அவர்கள் ஒரு பொய்யான வரலாற்றைக் கண்டுபிடிக்கவும், அதில் உண்மையான சுதந்திரப்போராட்ட வீரர்கள்மீது பழிசுமத்தவும், தங்களைத் தேசியவாதிகளாக வண்ணம் பூசிக்கொள்ளவும் துடிக்கிறார்கள்.

இந்தக்கருதுகோள் பற்றி நான் விளக்கவேண்டிய அவசியம் இல்லை. ஏனெனில், இந்த எல்லா உண்மைகளும் 130 பக்கங்கள் கொண்ட இந்திய வரலாற்றுக் காங்கிரஸின் அறிக்கையில்-புத்தகமாக வெளிக்கொண்டுவரப்பட்டுவிட்டது. என்.சி.இ.ஆர்.டி. பாடநூல்களில் இந்திய வரலாறு பற்றிய விமர்சனத்தை இடம்பெறச் செய்தது. அந்தப்பாட நூல்கள் இப்போது ‘இந்து வலதுசாரிகளின்’ விளக்கத்தைக்கொண்ட வடிவமாக்குவதற்காகத் திரும்பப்பெறப்பட்டுவிட்டன.

உண்மைகளை நேருக்குநேர் சந்திக்கும்போது அவர்களது விளக்கங்கள் அபத்தங்களாகி விடுகின்றன. அதனால் ஆர்.எஸ்.எஸ்.ஸும், அதைப் பின்பற்றுபவர்களும் ‘எல்லா வரலாறுகளும் இடதுசாரிகளால் ஆதிக்கம் செலுத்தப்பட்டிருந்தன. அதனால்தான் இந்தியா ‘ஆரியர்களின் தாயகம்’ என்று ஏற்றுக்கொள்ளப்படவில்லை’ இன்னபிற, இன்னபிற...என்று கூப்பாடு போடுகிறார்கள். ஆர்.சி.மஜூம்தார், தாரா சந்த், ஈஸ்வரி பிரசாத், என்.கே.சின்ஹா, டி.சி.சர்க்கார் மற்றும் டி. என்.முகர்ஜி போன்ற புகழ்பெற்ற வரலாற்றியலாளர்களின் பெயர்களிலிருந்து ஏதாவது ஒரு இடதுசாரியை அவர்களால் சுட்டிக்காட்ட முடியுமா? இந்த வரலாற்றியலாளர்களின் சொந்த விளக்கங்கள் ஆர்.எஸ்.எஸ் தனது ‘பகவத்’கொடியை நாட்டச் சிறிதும் இடமளிப்பதில்லை.

- ஃப்ரண்ட் லைன், 16 அக்டோபர் 2015.

வரலாறு கற்பனைக்கதைத் துணுக்குகளாவதா?

– பேராசிரியர். இர்ஃபான் ஹபீப்

நீங்கள் தற்போது மத்தியிலுள்ள தேசிய ஜனநாயகக் கூட்டணி (தே.ஜ.கூ) அரசை முந்தைய அரசுகளோடு எவ்வாறு ஒப்பிடுகிறீர்கள்?

முதல் தேஜகூ அரசைவிட இந்த அரசு மதங்கள், சாதிகள், மதவெறிச் சிந்தனைகள் மூலம் மிகுந்த பிளவுவாதத்தை தனது அணுகுமுறையாகக் கொண்டுள்ளது. ஆனால் இந்த அரசு, குறிப்பாக ஆளும்கட்சி தனது பெரும்பான்மை மற்றும் ஆர்.எஸ்.எஸ். தொடர்பு காரணமாக தேசம் முழுவதிலும் நேரடியாகவோ அல்லது மறைமுகமாகவோ சாதி மற்றும் மதப்பிரச்சனைகளில் ஈடுபடுகிறது. நீங்கள் 'பசு பாதுகாப்பு' என தலித்துகளைத் தாக்குகிறீர்கள். நீங்கள் அதுபோலவே ...முஸ்லீம்களுக்கு எதிராகவும் பிரச்சனைகளை எழுப்புகிறீர்கள்.

இரண்டாவது வேறுபாடு, இதற்கு முந்தைய எந்த அரசும் பகுத்தறிவையும் நியாயங்களையும் இந்த அரசைப்போல கைவிட்டதில்லை. (அடல் பிகாரி) வாஜ்பேயிகூட 'உறுப்புமாற்று மற்றும் பிளாஸ்டிக் அறுவை சிகிச்சைகளை நாம் அறிந்திருந்தோம் என விநாயகர் காட்டுகிறார்' என்றோ, 'பறக்கும்தட்டு பிரச்சனைபற்றி அறிவியல் மாநாட்டில் அறிமுகப்படுத்துவார்' என்றோ என்னால் கற்பனை செய்யமுடியவில்லை. பகுத்தறிவு மற்றும் நியாயங்களின் மீதான தாக்குதல் பாசிசம் செய்வதாகும். பாசிசத்தின் வரலாறு முழுவதிலும் தேசத்தை புகழ்வது என்ற பெயரால் பிளவுபடுத்துதல் மற்றும் நியாயங்கள்மீது தாக்குதல் என்ற இரண்டு பெரியசெயல்கள் நடந்துவந்ததை நாம் பார்த்திருக்கிறோம்.

இந்தியாவை ஒருபெரும் வர்த்தக நாடாக ஆக்குவது என்பதில் அவர்களுக்கு பற்றுறுதியும் இருக்கிறது. சாதாரண குடிமகன் வளர்ச்சி என்பதை சாலைவசதிகள், தொடர்புகள், வேலைவாய்ப்புகள் எனப்பார்க்கிறார்கள். இது அவர்களது நோக்கமல்ல. மற்ற அரசுகளும்கூட முதலாளித்துவச்சார்பு கொண்டவைகளாக இருந்தபோதும்கூட, அவைகள் மக்களிடம் நற்பெயர் பெற சிலவற்றைச் செய்தன. ஆனால் இந்த அரசோ இந்தக்கொள்கைகளைக் கைவிட்டுவிட்டது.

ஏதேனும் பலம்?

இவைகள் பலவீனங்கள் அல்ல. அவர்களது பார்வையில் இவையெல்லாம் பலமானவைகளே.

இத்தகைய சூழலில் எதிர்க்கட்சிகள் என்ன செய்யவேண்டும்?

வெளிப்படையான ஒரு சாதகம் என்னவென்றால் எதிர்க்கட்சிகள் பலமாநிலங்களில் அரசுகளைத் தங்கள் கட்டுப்பாட்டில் வைத்துள்ளன. இது அவர்களுக்கு வரையறைக்குட்பட்ட அளவுக்கு இரட்டை அதிகாரத்தை அளிக்கிறது. அவை மத்திய அரசின் செயல்பாடுகள்மீது கட்டுப்பாட்டை விதிக்கின்றன. தங்களுக்குள் உள்ள வேறுபாடுகளுக்கு இடையிலும் பல்வேறு மாநிலங்களில் அதிகாரத்தில் உள்ள எதிர்க்கட்சிகள் பா.ஜ.க. மற்றும் ஆர்.எஸ்.எஸ்.-இன் பிளவுபடுத்துகிற மற்றும் மதவெறி நடவடிக்கைகளைக் கட்டாயம் நிறுத்த முயற்சிக்கவேண்டும். இங்கு மதவெறி நடவடிக்கைகளில் மக்களை ஈடுபடுத்தும் பா.ஜ.க. தலைவர்களுக்கு எதிராக கடுமையான தண்டனைகள் வழங்கும் நடவடிக்கைகள் வேண்டும்.

பா.ஜ.க.வை எதிர்க்கும் காங்கிரசும், இடதுசாரிகள் முதலானவர்களும் ஒரு ஐக்கிய முன்னணியை உருவாக்கவேண்டும் என்று நீங்கள் நினைக்கிறீர்களா?

இது பரிசீலிக்கப்படவேண்டும் என்று நான் கருதுகிறேன். குறிப்பாக நீங்கள் மாநில அரசுகளை நடத்தும்போது ஒருசிலர் சோசலிசப்பிரச்சனையில் ஒத்துப்போகாவிட்டாலும்கூட பல்வேறு பிரச்சனைகளில் ஒத்துப்போகும் சாத்தியக்கூறுகள் உள்ளன. மதச்சார்பின்மையில் ஈடுபாடு இல்லாவிட்டாலும், சிலவகையான மக்கள்நல அரசில் நம்பிக்கை கொண்டுள்ள கட்சிகள் மக்கள் நலப்பணிகளில் ஒத்துப்போகமுடியும். இத்தகைய கூட்டணிக்கான

சாத்தியங்கள் கண்டறியப்பட வேண்டும். பெரும்பாலான மாநிலங்களில் இடதுசாரிகள் வலுவாக இல்லாவிட்டாலும் அங்கு அவர்களது 2-3 சதவீத வாக்குகள் சிறிய வித்தியாசங்களை ஈடுகட்ட உதவும். இது முக்கியமானது. இடதுசாரிகளும்கூட இந்தப்பொறுப்பைப் புரிந்துகொள்ளவேண்டும். இந்த அணிக்கு தீங்குசெய்யும் எதையும் செய்யக்கூடாது. எனது கருத்தின்படி, இந்த அணியில் காங்கிரஸ் பங்குபெறக்கூடாது என்று நாம் பிரச்சனையாக்கக்கூடாது.

ஆனால் இடதுசாரிகள் அணி பீகாரில் மகாகூட்டணியில் சேராமல் தனித்து வேட்பாளர்களை நிறுத்தினார்களே?

அது ஒரு மாபெரும் தவறு என்று நான் கருதுகிறேன்.

வரலாற்றை எழுதுவதில் மத்திய அரசு செய்துள்ள மாற்றங்கள்பற்றி நீங்கள் என்ன நினைக்கிறீர்கள்? இந்திய வரலாற்று ஆய்வு மையம் பற்றிய உங்கள் பார்வை என்ன?

இந்திய வரலாற்று ஆய்வு கழகத்தைப் பொறுத்தவரையில் பெருமளவுக்கு வந்துள்ள புதியவர்கள் வரலாற்று ஆய்வாளர்கள் என்ற பொதுமதிப்பீட்டுக்கு உரியவர்களாக இல்லை என்பது பெரிய குற்றச்சாட்டாக உள்ளது. வலதுசாரி பிரிவு ஆய்வாளர்கள் என்பதால் அல்ல. அவர்கள் ஆர்.எஸ்.எஸ்.-ஆல் முன்மொழியப்பட்டவர்கள் என்பதாலேயே அவர்கள் அங்கு உள்ளார்கள். வரலாற்றில் உள்ள சிக்கலே என்னவென்றால், ஆர்.எஸ்.எஸ். தான் முன்நிறுத்த விரும்பும் வரலாற்று மாதிரிகளை பெரும்பாலும் வலதுசாரிப் பிரிவு வரலாற்று ஆய்வாளர்களே ஒத்துக்கொள்ளவில்லை என்பதுதான்.

ஆர்.சி.மஜூம்தார் ‘ஆர்கனைசர்’ இதழில் எழுதிவருபவர். அப்போது ‘ஆர்கனைசர்’ இதழில் தாஜ்மஹால் மான்சிங் என்பவரால் கட்டப்பட்டது என்ற கட்டுரை வெளியிடப்பட்டது. இத்தகைய அறிவற்ற அபத்தங்களை வெளியிடக்கூடாது என ஆர்.சி.மஜூம்தார் அவர்களுக்கு எழுதினார். இதற்கு அவர்கள், ‘நாங்கள் சுதந்திரமானவர்கள். சுதந்திரமாக கருத்துகளை வெளியிடுவதில் நாட்டம் கொண்டிருக்கிறோம்’ என்று அவருக்கு திரும்ப எழுதினார்கள். எனவே மஜூம்தார் அவர்களுக்கு எழுதினார்: ‘எனது சுதந்திரம் இனி எப்போதும் உங்கள் இதழுக்கு எழுதவே கூடாது என்று உரத்துக்கூறுகிறது’ என்று. அவர்கள் அவரது கடிதத்தைப் பிரசுரித்தார்கள்!

அவர்கள் விற்பனைசெய்ய முயற்சிக்கும் வரலாற்றுவகைகள் வெறும் கற்பனைக்கதைகள் மட்டுமல்ல. மிகமிக ஆபத்தானவையும்கூட. இந்தமுறை அவர்கள் மேலும் வெகுதூரம்சென்று பள்ளிகளில் உள்ள வரலாற்றுப் பாடங்களை வெறும் கற்பனைத் துணுக்குக்கதைகளாக தரம் குறைத்துவிடுவார்கள்.

ஒருவர் என்ன சொல்கிறாரோ அல்லது என்ன செய்கிறாரோ என்பதைவைத்து அவரது தேசியவாதத்தை விளங்கிக்கொள்ள முடியுமா? மக்கள் ஒரு குறிப்பிட்ட வழியில் நடந்துகொள்ளவேண்டும் என்று ஒழுங்குபடுத்தப்பட்டு, அதைமட்டுமே தேசியவாதம் என்று பார்க்கமுடியுமா?

இல்லை. சுதந்திரப் போராட்டத்தின்போது தேசியவாதம் ஒரு குறிப்பிட்ட அர்த்தத்தைக் கொண்டிருந்தது. ஆர்.எஸ்.எஸ்.ஸிடம் உள்ள ஒரு குறிப்பிட்ட உளவியல் பிரச்சனையே அவர்கள் சுதந்திரப்போராட்டத்தில் இல்லை என்பதுதான். ஆர்.எஸ்.எஸ். 1925இல் தோற்றுவிக்கப்பட்டது. 22 ஆணடுகள் அவர்களது தேசியவாதம் என்னவாக இருந்தது? எனவே அவர்களிடம் எந்தவொரு 'தேசிய ஹீரோ'வும் இருந்திருக்க முடியாது. ஆனால், இப்போதோ நீங்கள் மாபெரும் தேசியவாதிகள்!

எனவே உங்களுக்கு இன்று தேசியவாதம் என்ன அர்த்தத்தைத் தருகிறது?

நாடு இப்போது பாதுகாப்பாக உள்ளது. அது சுதந்திரமாக உள்ளது. தேசத்தைப்பற்றி உறுமுவதிலோ, கூச்சலிடுவதிலோ எந்தப்பயனும் இல்லை. மக்களின் நலன்களுக்காக சிலவற்றைச் செய்வதுதான் இன்று தேசியவாதத்தின் பொருள். அது கஷ்மீர் மக்களையும் உள்ளடக்கியது.

ஆர்.எஸ்.எஸ்.ஐ இஸ்லாமிக் ஸ்டேட்டுடன் ஒப்பிட்டு நீங்கள் ஓர் அறிக்கை வெளியிட்டுள்ளீர்கள். அவர்கள் அதைப்போல இல்லை என்று இங்கு சிலர் மறுக்கிறார்களே?

அவர்கள் இணையானவர்கள் அல்லது ஒன்றுபோன்றவர்கள் என்று நான் கூறவில்லை. அவர்கள் (ஆர்.எஸ்.எஸ்.) ஐ.எஸ்.போல பேசுகிறார்கள் என்றுதான் கூறினேன்.

எல்லாவகையான மதவெறியர்களும் சமமாக கண்டிக்கப்படவேண்டியவர்களா?

அங்கு பல்வேறு வடிவங்கள் இருந்தன. மதவெறிசக்திகள் காங்கிரசிலும்கூட இருந்தன. ஆனால், அவர்கள் நாகரிகமடைந்துவிட்டார்கள். பலநேரங்களில் சமுதாயங்கள் பெருமளவு பிரதிநிதித்துவம் வேண்டுகின்றன. இது மற்ற சமுதாயங்களை கண்டனம் செய்வதிலிருந்து மாறுபட்டது. ஒரு முஸ்லீம் அல்லது தலித் தலைவர் எங்களுக்கு பெருமளவு பிரதிநிதித்துவம் தேவை என்று கூறலாம். அது வேறு. ஆனால், இரண்டாவதாக உள்ள ஒன்றோ, அரைபாசிசம். நீங்கள் ஒருவரை வீழ்த்திவிட்டால், அவர்களுக்கு அரசியலில் எந்த இடத்தையும் நீங்கள் அனுமதிப்பதில்லை. கோல்வாக்கர் மிக அதிகமாகவே கூறியிருக்கிறார் - 'எதுவாக இருந்தாலும் முஸ்லீம்களுக்கு எந்த உரிமையும் கிடையாது.' இதைப்போலவே பாகிஸ்தான் வலதுசாரிகளும் இந்துக்களையும், சீக்கியர்களையும் பற்றி மிகஅதிகமாகவே கூறியிருக்கிறார்கள். எனவே இது அளவைப்பொருத்தது. ராஜேந்திர பிரசாத் இந்து நடத்தைவிதி சட்டத்தை எதிர்த்தார். இதனால் அவரை நீங்கள் மதவெறியர் என்று அழைப்பீர்களா? இத்தகையவர்களோடு ஒத்துப்போவது எப்போதும் சாத்தியமே.

- தி இந்து, ஆங்கில நாளிதழ், 29.7.2016

மோடி அரசின் தவறான முன்னுரிமைகள்

- பொருளாதார அறிஞர் டாக்டர். ஜீன்ஸ் ட்ரெஸே

பொருளாதார அறிஞர் டாக்டர். ஜீன்ஸ் ட்ரெஸே 1959இல் பெல்ஜியத்தில் பிறந்த, இந்தியாவில் ஆய்வுகளை மேற்கொண்டுள்ள பொருளாதார அறிஞர். அவர் இந்தியாவின் பொருளாதார வளர்ச்சிபற்றிய கொள்கைகளை வகுப்பதில் செல்வாக்குமிக்கவர். இந்தியாவில் அவரது ஆய்வுகளில் பசி, பஞ்சம், பாலின அசமத்துவம், குழந்தைகள் நலம், கல்வி மற்றும் தேசிய ஊரக வேலைவாய்ப்பு ஆகியவை அடங்கும். அவர் தேசிய ஊரகவேலைவாய்ப்புத் திட்டத்தின் கருத்தாக்கத்தை உருவாக்கி அதன் முதல் வரைவை வரைந்தார்.

அவரது இணைஆசிரியர்களாக பொருளாதாரத்துக்காக நோபல் பரிசுபெற்ற அமர்த்திய சென் – நிக்கோலஸ் ஸ்டெர்ன்– பொருளாதாரத்துக்காக நோபல் பரிசுபெற்ற ஆங்கஸ் டீடன் ஆகியோர் உள்ளனர். அமர்த்தியசெனுடன் இணைந்து ட்ரெஸே 'பஞ்சம்' பற்றி எழுதினார். நிக்கோலஸ் ஸ்டெர்ன்னுடன் இணைந்து 'சந்தைவிலைகள் சீர்குலைவின்போது கொள்கைச்சீர்திருத்தம்' பற்றி எழுதினார். ட்ரெஸே தாமே பல நூல்களையும், இணை ஆசிரியர்களுடன் சேர்ந்து பல நூல்களையும், இந்திய மற்றும் வெளிநாடுகளின் நாளேடுகளில் பல கட்டுரைகளையும் எழுதியுள்ளார். தற்போது 'டெல்லி ஸ்கூல் ஆஃப் எகனாமிக்ஸ்', 'ராஞ்சி பல்கலைக்கழகம்' ஆகியவற்றில் கௌரவப் பேராசிரியராகப் பணியாற்றி வருகிறார். இந்தியாவின் தேசிய ஆலோசனைக்குழுவில் முதல் மற்றும் இரண்டாம் காலங்களில் உறுப்பினராக இருந்தவர்.

நியூஸ்விங் இதழுக்கு அளித்த தனிப்பட்ட நேர்காணலில் பொருளாதார அறிஞர் டாக்டர் ஜீன் ட்ரெஸே வணிகத்தின் தீவிர வளர்ச்சி பற்றி மட்டுமே அரசு சிந்திப்பதைக் கேள்விக்கு உள்ளாக்குகிறார். நியூஸ்விங் இதழுக்காக கிஸ்லியா அவரைப் பேட்டி கண்டார்.

இந்தியாவின் பொருளாதாரம் பற்றிய பதிவுகள் சிறிது குழப்பமாக உள்ளன. உற்று நோக்கர்கள் சிலர் இந்தியப் பொருளாதாரம் தேக்க நிலையில் உள்ளது என்று உணர்கிறார்கள். மற்றவர்கள் விரைவாக வளர்ந்து வருகிறது என்கிறார்கள். இதில் உண்மை எங்கே உள்ளது?

பாராளுமன்றத் தேர்தல் காலத்தில் 'பொருளாதாரம் மந்தநிலையில் உள்ளது' என்பதே வணிக ஊடகங்களின் பல்லவியாக இருந்தது. இன்று அவைகளே 'உலகில் வேகமாக வளர்ந்துவரும் பொருளாதாரங்களில் இந்தியப் பொருளாதாரமும் ஒன்று' என்று நமக்குக் கூறுகின்றன. அது சரியானது. ஆனால், இரண்டு ஆண்டுகளுக்கு முன்பும் அதுதான் உண்மையாக இருந்தது. குறிப்பிட்ட சில ஆண்டுகளில் மேலும் கீழும் என்ற வேறுபாடுகளுடன், கடந்த 12 ஆண்டுகளாக இந்தியப்பொருளாதாரம் ஆண்டுதோறும் 7.5% வளர்ச்சி பெற்றுவந்துள்ளது. 2014-15க்கான சமீப மதிப்பீடு 7.3%. இதை வளர்ச்சிப்பாதையில் பேரொலி எனப் போற்றுகிறார்கள். 2015-16 முதல் அரையாண்டில் தற்காலிக மதிப்பீடுகளும் அவ்வாறே உள்ளன. இந்தப்பொருளாதாரப் புள்ளிவிவரங்கள் இந்தியப் பொருளாதாரத்தில் மாற்றம் உள்ளது என்பதை நியாயப்படுத்தாது. பொருளாதரத் தேக்கநிலை என்ற முந்தைய கதை, புதிய அரசால் மாபெரும் சீர்திருத்தங்கள் ஏற்படும் என்றுகூறப் பயன்படுத்தப்படுகிறது. ஆனால், பொருளாதார வளர்ச்சி என்ற பாதையில் இந்தியப் பொருளாதாரம் நீண்டகாலமாகவே செயல்படுகிறது என்பதுதான் உண்மையான கதை. விரைவான சமூக முன்னேற்றத்தை அடைகிறோமா என்பதைவிட, வளர்ச்சிவீதத்தை - அது சாத்தியமோ, சாத்தியமில்லையோ - அந்த விரைவான சமூகவளர்ச்சி சரியான விதத்தில் பொருளாதர வளர்ச்சியை மட்டுமல்ல, உடல்நலம், கல்வி, சத்துணவு, அடைப்படை வசதிகள், சுற்றுசூழல் பாதுகாப்பு, சமூக சமத்துவம் போன்ற பரந்த தளத்தில் மாற்றங்களை உருவாக்கப் பொதுச்செயல்பாடுகள் தேவை என்பதே முக்கியம்.

சில பொருளாதார அறிஞர்கள் சமூக நலன்களைப் பகிர்ந்தளிப்பதில் இலக்குகளை அடைவதைச் சாத்தியப்படுத்துவது சிரமமானது. எனவே, வளர்ச்சி என்பதுதான் முன்னேற்றத்துக்கான சிறந்த உத்தி என்று கூறுகிறார்கள். நீங்கள் எப்படி உணர்கிறீர்கள்?

பிரச்சனைகளை முன்வைப்பதில் இது தவறான வழிக்கு இட்டுச்செல்கிறது. முன்னேற்றம் என்பது வெறும் பொருளாதாரப்பெருக்கம் பற்றிய விஷயமோ, மறுவிநியோகம்

பற்றிய விஷயமோ அல்ல. இரண்டும் உறுதியாக உதவும். பெருக்கம் தனிநபர் வருமானத்தை உயர்த்துகிறது. மறுவிநியோகம் அதில் ஏழைமக்களின் பங்கை அதிகப்படுத்துகிறது. ஆனால், முன்னேற்றம் என்பதன் பொருள் தனிநபர் வருமானத்தை உயர்த்துவதைவிட அதிகப்படியானது. அது வாழ்க்கைத்தரம் பற்றியது. வருமானப் பெருக்கத்தையும், மறுவிநியோகத்தையும் சம்பந்தப்படுத்துவதுகூட வாழ்க்கைத் தரத்தை மேம்படுத்த எல்லாவகையான விஷயங்களும் செயல்படுத்தப்படவேண்டும் என்பதற்காகவே. எடுத்துக்காட்டாக, பொதுவாழ்வில் கடமைப் பொறுப்பைக் கொண்டுவருவது தரமான வாழ்வுக்குப் பெரிதும் பயன்படும். முன்னேற்றம் என்பதன் விரிவான பொருளில் அது மிகமுக்கியமான பகுதியாகும். அதுபோலவே பள்ளிக் கல்வியின் தரத்தை மேம்படுத்துவது முன்னேற்றத்தின் ஓர் அங்கம். அது வருமானத்தைப் பெருக்குவது அல்லது மறுவிநியோகத்தை மட்டுமே சார்ந்ததல்ல. எனவே விரைவான பொருளாதாரப்பெருக்கம் அல்லது அதிகப்படியான மறு விநியோகம் போன்றவற்றைவிட இங்கு செய்யவேண்டியது ஏராளம். பொருளாதார வளர்ச்சியை மட்டும் முன்னிறுத்துவது முன்னேற்றத்தைப்பற்றிச் சிந்திக்கும் குறுகியபாதை ஆகும்.

மோடியின் அரசு 'வணிகத்தின் தீவிர வளர்ச்சி மாதிரி'யைப் பின்பற்றிச்செல்வது போலத் தோன்றுகிறது. இது முன்னேற்றம் என்ற விரிவான நோக்கத்துக்கு எவ்வளவு தூரம் பயன்படும்?

இது வர்த்தகக்குழுமங்களால், அவர்களது ஆதரவால் அமைந்த அரசு. இதன் முக்கியச் செயல்பாடே வணிகத்துக்கு உதவுவதுபோல் தோன்றுகிறது. குறிப்பாக பெருவணிகத்துக்கு. இது வெளிப்படையானது. எடுத்துக்காட்டாக, 'முதலீட்டுச்சூழலை' மேம்படுத்துவது மத்திய அரசின் மிகமுக்கியமான நோக்கங்களில் ஒன்றாக உள்ளது. இன்றைய இந்தியப் பொருளாதாரத்தில் வணிகம் ஆற்றவேண்டிய பங்கும் உள்ளது. ஆனால், சமூகவாழ்வின் பெரிய தளங்கள் இங்கு இருக்கின்றன. அங்கு வணிகம் என்பது சிறந்த அணுகுமுறை அல்ல. தரமான வாழ்வுக்கு மிகவும் அத்தியாவசியமான கல்வி அல்லது உடல்நலம் அல்லது சமூகப் பாதுகாப்பு அல்லது நகர்ப்புறத் திட்டமிடல் அல்லது சுற்றுச்சூழல் பாதுகாப்பு போன்ற பல அம்சங்கள் உள்ளன. இவற்றில் வணிகம் என்பது நல்ல வழியல்ல. இந்த எல்லாத்தளங்களிலும் பொதுச்செயல்பாடு என்பது மிகவும் முக்கியம். அரசின் ஒற்றைச் சிந்தனையோடுகூடிய வணிகத்தை ஆதரித்து அதன்மீது கவனம் செலுத்துவது இந்த

அனைத்துத் தளங்களிலும் கட்டுமானச் செயல்பாடுகளை நிராகரிப்பதற்கு வழிவகுக்கும்.

அரசின் வளர்ச்சிக்கான உத்தி உள்கட்டமைப்புகளின்மீது பெரிதும் அழுத்தத்தை வைக்கிறது. அது நியாயம்தானா?

நமக்கு சிறந்த உள்கட்டமைப்பு வசதிகள் தேவை. இங்கு எழுவது எந்தவகையான உள்கட்டமைப்பு என்ற கேள்வியே. அதில் முன்னுரிமை என்ன? உதாரணத்துக்கு, நான் வாழும் ராஞ்சியை எடுத்துக்கொள்ளுங்கள். அங்குள்ள உள்கட்டமைப்புவசதி வருத்தத்திற்கு உரியது. அங்கு தண்ணீர்ப் பற்றாக்குறை, மின்துண்டிப்பு, அடைபட்ட கழிவுநீர்க்குழாய்கள், போக்குவரத்து நெரிசல், எல்லாவகையான சுகாதாரக்கேடுகள் உள்ளன. அறிவுள்ள ஓர் அரசு அடிப்படை வசதிகளையும், பொதுச்சேவைகளையும் குறிப்பிட்ட வசதிமிக்க சிறுபான்மையினருக்கு அளிக்கத் துவங்குவதும், மேம்படுத்துவதும் சரியல்ல. ஆனால், அரசியல் தலைவர்கள் உண்மையில் என்ன விரும்புகிறார்கள்? எப்படியாயினும் உயர்தொழில்நுட்ப வணிகக்குழுமங்களால் நிறுவப்படும் திட்டங்களையே. ராஞ்சியில் ஒரு கிலோமீட்டர் தொலைவுக்கு அப்பால் புத்தம் புதிய ‘ஸ்மார்ட் சிட்டி’யை முன்மொழிவாகக் கொண்டுள்ளார்கள். இது ராஞ்சியில் வசிக்கும் மிகப் பெரும்பாலானோருக்கு மிகவும் உதவிகரமாக இருக்கப்போவதில்லை. ஆனால், இது தனியார் நிறுவனங்களுக்கு கவர்ச்சிகரமான ஒப்பந்தங்களை உருவாக்கும். அது ஒருவேளை அவர்களுக்குக் கவர்ச்சிகரமான அதிர்ச்சிகளைத் தரக்கூடும். அதுதான் உண்மையான நோக்கமாகத் தெரிகிறது.

மத்திய அரசின் கடந்த நிதிநிலை அறிக்கையில் சமூகச்செலவினங்களுக்கான நிதியில் மிகப்பெருமளவிலான குறைப்பைச் செய்தது. மத்திய அரசு இதை 14ஆம் நிதிக்குழு பரிந்துரைகளின் அடிப்படையில் மாநிலங்கள் வேறுபல வரிமுறைகளின்மூலம் பெரும்பங்கை இப்போது பெறுகின்றன என்று நியாயப்படுத்துகிறது. அது ஏற்கத்தக்கதா?

மத்திய அரசு நடைமுறைப்படுத்தும் திட்டங்கள் காரணமாக உள்ளாட்சி நிறுவனங்களுக்கு அளிக்கப்படும் நிதியின் பங்கைக் குறைக்கவேண்டும் என நிதிக்குழு பரிந்துரைக்கவில்லை. அதற்குமாறாக ‘கல்வி, சுகாதாரம், தண்ணீர் விநியோகம், மனித - சாக்கடைக்கழிவு நீக்கம், குழந்தைகளுக்கு ஊட்டச்சத்துணவு

உள்ளிட்ட முக்கியமான தளங்களில் மத்திய அரசின் தொடர்ந்த ஆதரவுக்கு அழுத்தம் தருகிறது. இந்தத்திட்டங்களை மேற்பார்வையிட ஒரு புதிய அமைப்பு தேவை என்றும் கோரவில்லை. மத்திய அரசு ஒருதரப்பாக, எதிர்பாராதவகையில் செய்துள்ள நிதிக்குறைப்பிலிருந்து அந்தக்குழு வேறுபடுகிறது. இடைக்காலத்தில் இந்த நிதிக்குறைப்புக்கள் நியாயப்படுத்தப்பட்டாலும்கூட, அது மிகமுக்கியமான திட்டங்களைப் பாதுகாக்கும் முன்னெச்சரிக்கை நடவடிக்கையை மேற்கொள்ளாமல் அவற்றை மாநிலங்கள் மீது சுமத்தக்கூடாது. மத்திய அரசு சமூகநலத் திட்டங்களை மிகமோசமாகத் திட்டமிட்டு அவற்றை மாநிலங்கள் மீது சுமத்துவதைப்போன்று தோன்றுகிறது. இது குறைந்தபட்சம் குறுகிய காலத்திற்காவது சமூக நலத்திட்டங்களை முடக்கிப்போட்டுவிடும்.

சமுதாயப்பிரிவுகளின் மீது மத்திய அரசு ஒருவகையான உணர்வுகளைக் கொண்டிருந்தாலும் அதைமீறிப் பல மாநிலங்கள் தங்கள் சமூகநல செயல்திட்டங்களை விரிவுபடுத்தவும், முன்னேறச் செய்யவும் முயற்சிக்கின்றன. இந்த முயற்சிகளுக்கு இனி எதிர்காலம் ஏதுமில்லை என்று நீங்கள் கருதுகிறீர்களா?

இந்தியாவின் ஒட்டுமொத்த உள்நாட்டு உற்பத்தி (GDP) ஒவ்வொரு ஆண்டிலும் அல்லது அடுத்துவரும் 20 ஆண்டுகளில் 7.5% என்ற அளவில் தொடர்ந்து வளருமானால் இந்தியாவில் சமூகநலத் திட்டங்களை மேலும் விரிவாகவும், வலிமையாகவும் கொண்டுசெல்லும் சாத்தியம் நிச்சயமாக உண்டு. அந்த ஒட்டுமொத்த உள்நாட்டு உற்பத்தியில் சமூகநலத் திட்டங்களில் செலவிடும் பங்கு 50%ஆக இந்தக் காலகட்டத்தில் உயருமானால் இன்றுள்ளதைவிட சமூக நலத்திட்டங்கள் 5 மடங்கு நிதியை 20ஆண்டுகளில் உண்மையான தனிநபர் வருமான அடிப்படையில் பெறும். இந்த நிதி ஆதாரங்களை சமீப ஆண்டுகளில் கற்றுக்கொண்ட அனுபவங்களின் அடிப்படையில் பயன்படுத்தினால் ஒவ்வொரு சராசரி இந்தியனும் இன்றிலிருந்து 20 ஆண்டுகளுக்கு மிகநல்ல பொதுப்பணிச் சேவைகளையும், அடிப்படை வசதிகளையும் - இன்று கேரளாவிலும், தமிழ்நாட்டிலும் உள்ளதைவிட அதிகமாக அனுபவிக்கமுடியும்.

இந்த நிதி ஆதாரங்களை மிக நல்ல முறையில் பயன்படுத்த என்ன செய்யவேண்டும்?

இவற்றை சமூக நலத்திட்டங்களுக்கு நல்லமுறையில் பயன்படுத்துவதற்கு முதலாவதாகவும், முக்கியமானதாகவும் பள்ளிகளில், சுகாதார மையங்களில், கிராமப் பஞ்சாயத்து அலுவலகங்களில் மற்றும் பொதுத்துறை நிறுவனங்களில் பொதுவாக மிகச்சிறந்த பணிக்கலாசாரம் தேவைப்படுகிறது. அது வண்ணக்கனவு போலத் தோன்றலாம். ஆனால், இவை ஒரு நாட்டின் இயற்கையான வளர்ச்சியில், மக்களாட்சியின் தன்மையைச் சிறிது உயர்த்தும் என்பதையும் காணவேண்டும். பொதுத்துறை நிறுவனங்களில் வருகையின்மை, சுரண்டல், ஊழல் ஆகியவை மக்களின் அதிகாரத்தை இழக்கச்செய்யும். இத்தகைய நடைமுறைகளைப் பணிந்து ஏற்றுக்கொள்வதும் முற்றிலும் ஏற்கத்தக்கது அல்ல. ஜனநாயக நடைமுறைகள் வலுப்பெற்றால் பொதுமக்கள் மிகவும் தெளிவும், விழிப்புணர்வும் பெற்றால் அடிக்கடி இந்த மோசமான நடைமுறைகள் நீடிப்பது கடினமாகிவிடும். இதற்கேற்ற சமூக நெறிமுறைகள் உருவாகத் தோன்றும். ஆனால், பொதுத்துறை நிறுவனங்கள் மேலும் பொறுப்புணர்வை அடைய இந்த ஒருவழிமுறையை மட்டுமே சார்ந்திருக்காமல் நல்ல ஊக்குவிப்புகளும், ஜனநாயகப்பொறுப்பு பற்றிய நல்ல அளவீடுகளும் தேவை. ஜனநாயக நடைமுறைகளின்மூலம் பொதுத்துறை நிறுவனங்களில் பணிக்கலாசாரத்தை மாற்றுவதில் இந்த அளவீடுகள் ஒரு சிறப்புப்பகுதியாகப் பார்க்கப்படுகின்றன.

அண்மையில் உங்கள் ஆய்வில் குழந்தைவளர்ப்பு போன்ற சில முக்கியமான தளங்களில் பீகார் மற்ற மாநிலங்களை எட்டிப்பிடிக்கும் அளவுக்கு உள்ளது என்று சுட்டிக்காட்டினீர்கள். அண்மையில் நடந்த பீகார் தேர்தல் முடிவுகளில் இந்த சாதனைகள் எந்தவகையிலாவது பயன்பட்டிருக்கலாம் என்று நீங்கள் கருதுகிறீர்களா?

மக்கள் ஏன் இந்தவகையில் அல்லது மற்றொருவகையில் வாக்களிக்கிறார்கள் என்பதைப் புரிந்துகொண்டதாக ஒருவர் கூறினால், அதில் நான் நம்பிக்கை கொள்வதில்லை. எனினும் பீகார் மக்கள் முந்தைய அரசின் சாதனைகளுக்கு சிறிதளவு மதிப்பளித்திருக்கிறார்கள் என்பது தெளிவாகத் தெரிகிறது. இந்தப்பாராட்டு தவறானதல்ல. சமீப ஆண்டுகளில் பல முக்கியமான துறைகளில் பீகார் வேகமான முன்னேற்றம் அடைந்திருக்கிறது

என்பதற்கான ஆதாரங்கள் உள்ளன. எடுத்துக்காட்டாக, 10-14 வயதுகளில் உள்ள பெண் குழந்தைகளின் கல்வியறிவு 2001முதல் 2011 வரையான ஆண்டுகளில் 50%இல் இருந்து 80% என உயர்ந்திருக்கிறது. முழுதும் நோய்த்தடுப்பு ஊசிகள் போடப்பட்ட குழந்தைகளின் பங்கு 2005 - 2006 வரை 33%இல் இருந்து 2013 - 2014இல் 80% ஆக உயர்ந்திருக்கிறது. முறையான பொதுத்துறை சேவைகளை அளிப்பதில் திறமையில்லாதது என வழக்கமாகக் கருதப்பட்ட மாநிலத்தில் இது உணர்வுப்பூர்வமான ஒரு முன்னேற்றமே. ஆனால், இதை நாம் மறந்துவிடக்கூடாது. பீகாரில் அண்மையில் முன்னேற்றங்கள் இருந்தபோதிலும் கூட இந்தியாவில் மிகமோசமான ஆட்சி நடைபெற்று வரும் மாநிலங்களில் பீகாரும் ஒன்று. ஏழைமக்களின் வாழ்நிலைகள் திகிலடைய வைக்கின்றன. இதை மாற்றுவதற்கான சக்தி உள்ளது என பீகார் காட்டியிருக்கிறது. ஆனால், தீவிரமான மாற்றங்கள் இன்னும் நடைபெறவேண்டியுள்ளன.

ஜார்கண்ட் பற்றி...?

மாற்றம் உடனடியாகவோ அல்லது காலம் தாழ்ந்தோ ஜார்கண்டில் வரும். இன்று அங்கு நாம் காணும் ஊழல், வன்முறை, குற்றச்செயல்கள் மற்றும் சுரண்டல்கள் ஜனநாயக நிறுவனங்கள் சரியாக உள்ள ஒரு சமூகத்தில் என்றென்றும் நீடித்திருக்கமுடியாது. அந்த மாற்றம் எவ்வாறு வரும்? அதை முன்கூட்டியே கூறுவது கடினம். எதிர்பாராத எல்லாவகைகளிலும் உரத்த அரசியல் மாற்றம் நடந்துவருகிறது.

நிதி அமைச்சகத்திலிருந்து கனிவான அழைப்பு கிடைக்கப்பெற்ற பிறகும் உயர்நிலைக் கூட்டத்தில் நீங்கள் பங்கேற்கமுடியாமல் தடுக்கப்பட்டீர்கள். வளர்ந்துவரும் 'சகிப்பின்மை' அறிவாளிகளின் வட்டத்திலும் பரவிவருவதாக நீங்கள் உணருகிறீர்களா?

வெண்டி டோனிகரின் 'இந்துக்கள்' புத்தகத்தைத் திரும்பபெற வற்புறுத்தியது போன்ற சில்லறைச் சம்பவங்கள் இங்கு இருந்தபோதிலும், அறிவுச்சுதந்திரத்தின் மீது கடுமையான தாக்குதல்களைத் தொடுக்கும் உச்சநிலையை நாம் அடைந்துவிட்டோம் என்று நான் கருதவில்லை. தொல்லைக்கு உட்படுத்தப்படக்கூடாத கலைஞர்களும், எழுத்தாளர்களும் தொல்லைக்குள்ளாகி வருகிறார்கள். ஏனெனில், அவர்களது படைப்புகள் அறிவுசார் ஆய்வுகளைவிடவும், ஒரு மத அமைப்பின் சீர்குலைவை அதிகமாகத் தூண்டுகின்றன என்று அவர்கள்

பார்க்கிறார்கள். இந்த அண்மைக்காலப் போக்குகள் தொடருமானால், பகுத்தறிவின்மையும், வெறிகளும்கூட அறிவுசார் பணிகளைப் பாதிக்கும். இது காலத்தோடு சம்பந்தப்பட்ட விஷயம்.

பகுத்தறிவின்மையின் திடீர் பாய்ச்சல்களுக்கும், பகுத்தறிவாளர்கள் மீதான அணமைக்காலத் தாக்குதல்களுக்கும் காரணம் என்ன என்று நீங்கள் கருதுகிறீர்கள்?

பிறகோட்பாடுகளைக் கருதாது வலிந்து திணிக்கப்பட்ட ஒரு கொள்கை மற்றும் மூடநம்பிக்கைகளை அடிப்படையாகக் கொண்டு யார் ஆதிக்கம் செலுத்துகிறார்களோ அவர்களைப் பகுத்தறிவுச் சிந்தனைகள் அச்சுறுத்துகின்றன. வெவ்வேறு சாதிகளில் பிறந்த மக்களின் ஆற்றல்களையும், உரிமைகளையும் பற்றிய மூடநம்பிக்கைகள் ஒட்டுமொத்த அமைப்பில் எவ்வளவுகாலம் நீடிக்கும் என்பதைப்பொருத்தே உயர்சாதியினரின் ஆதிக்கம் நீடிக்கும். கல்விப்பரவல், விழிப்புணர்வு பெறுதல், ஜனநாயகம் ஆகியவை இந்த உயர்சாதியினரின் ஆதிக்கத்தை அச்சுறுத்துகின்றன. இயல்பாகவே இந்த அமைப்புமுறையால் பயனடைகிறவர்கள் யாரோ, அவர்கள் பகுத்தறிவு பரவுவதை அடக்கவும், பழைய பகுத்தறிவற்ற கொள்கைகளை நிலைநாட்டவுமான உணர்வுகளைக் கொண்டிருக்கிறார்கள். பகுத்தறிவாளர்களின் மீதான அண்மைத் தாக்குதல்களுக்கு இது ஒரு காரணம். வேறுபல காரணங்களும் இருக்கும் என்று நான் நம்புகிறேன்.

இந்தியப் பொருளாதாரத்தின் மேம்பட்ட வளர்ச்சிக்கு வளர்ந்துவரும் 'சகிப்பின்மை' ஒரு அச்சுறுத்தலா?

'சகிப்புத்தன்மை' என்பது அதற்கே உரித்தான உரிமைகொண்ட ஒரு மதிப்பியல்பு. அது பொருளாதாரப் பயன் கொண்டது என்று நாம் விவாதித்து நியாயப்படுத்த வேண்டியதில்லை. இருந்தபோதிலும், ரகுராம்ராஜன், 'வெளிப்படையான விவாதங்களும், விசாரணைகளும் பொருளாதார வளர்ச்சியைத் தூண்டுகின்றன' என்ற கருத்தைக் கூறியதை நான் நினைத்துப் பார்க்கிறேன். முதன்மையாக, சகிப்புத்தன்மை இல்லாத காரணத்துக்காக முதலீட்டாளர்கள் தங்கள் முதலீடுகளை நிறுத்திக்கொள்வதில்லை. முதலீட்டாளர்கள் இலாபத்தின்மீதே கவனம் செலுத்துகிறார்கள். மதநல்லிணக்கம் மற்றும் அவைபோன்ற விஷயங்களில் அல்ல. பொருளாதார வளர்ச்சி என்பது மனிதனின் படைப்பாற்றல், புதியன கண்டுபிடித்தல், முன்முயற்சி ஆகியவற்றைச் சார்ந்து இருப்பதால் இந்த

ஆற்றல்கள் சிந்திப்பதற்கான சுதந்திரம், கருத்து வெளியீட்டுச் சுதந்திரம் ஆகியவற்றில் பயன்பெறுகின்றன. இவையெல்லாம் சிறிதளவு ஊகங்கள் என்றாலும் இன்னொரு காரணமும் உண்டு. சகிப்புத்தன்மையை 'ஒரு பொருளாதாரச் சொத்து' என்பதற்கு மாறாக 'சகிப்புத்தன்மை' ஒரு மதிப்பியல் என்பதற்காகவே மதிக்கப்படவேண்டும்.

முன்னதாக இந்த ஆண்டில் ஜார்கண்ட் மாநிலத்தில் அந்தமக்களின் சமூக, பொருளாதார உரிமைகளின் மீது அதிகரித்துவரும் தாக்குதல்களுக்கு எதிராக மக்களை அணிதிரட்ட கிராமங்கள்தோறும் நடைபெற்ற 'மக்களுக்கான அதிகாரம்' பயணத்தில் (Jan Athikaar Yathra) நீங்கள் 10 நாட்களைக் கழித்தீர்கள். அந்தப் பயணத்தின் நினைவுகளைப் பகிர்ந்துகொள்ளமுடியுமா?

அந்தப் பயணத்திலிருந்து நான் சில அழுத்தமான கருத்துகளைப் பெற்றேன். ஜார்கண்டின் கிராமப்புறங்களில் ஏராளமான மக்கள் அவர்களின் நிலங்களை எவ்வாறு பாதுகாப்பது, தண்ணீரை எங்கே பெறுவது, தங்கள் குழந்தைகளுக்கு எவ்வாறு உணவளிப்பது என்பன போன்ற மிக அடிப்படையான உயிர்பிழைத்திருப்பதற்கான பிரச்சனைகளில் எவ்வாறு இன்றும் போராடிக் கொண்டிருக்கிறார்கள் என்பதை நான் கண்டேன். இது உண்மையில் மனிதாபிமானத்துக்கான அவசரநிலை. இதில் நாம், செயல்பாட்டுக்கான அவசரத்தேவை இல்லை என்று சிந்திக்கப்பழகி விட்டோம். அந்தப் பயணத்தின்போது இணையதளத்தில் வந்த செய்தியை நான் ஆய்வுசெய்தேன். 'மாட்டிறைச்சியை யார், யார் உண்ண அனுமதிக்கலாம்?', 'டெல்லியில் உள்ள ஒரு தெருவுக்கு எவ்வாறு பெயர்மாற்றம் செய்யலாம்?', 'சரஸ்வதி ஆறு எங்கே ஒரு காலத்தில் பாய்ந்துவந்தது?' என்பன போன்ற முக்கியமற்ற பிரச்சனைகள் ஆதிக்கம் செலுத்திவந்தது அதிர்ச்சியளித்தது. ஏழைமக்கள் இந்த ஊடகங்களில் கணக்கில் கொள்ளப்படவே இல்லை. இது இன்னும் நாம் ஜனநாயகத்துக்கு எவ்வளவு தூரத்தில் இருக்கிறோம் என்பதை உணரவைத்தது.

பேட்டி கண்டவர்: கிஸ்லியா

- 'நியூஸ் விங்', 2015 டிசம்பர் 23

‘பாரத் மாதா கி ஜெய்’ சர்ச்சை

- பிருந்தா காரத்

பகவத், ஒவாஸி இருவரும் ஓர் அரசியல் நாணயத்தின் இரண்டு பக்கங்கள். ‘பாரத் மாதா கி ஜெய்’ என்ற கோஷத்தைச் சொல்ல மறுத்ததற்காக மஜ்லீஸ்-இ-இத்தாத் முஸ்லிமான் கட்சியின் சட்டமன்ற உறுப்பினர் வரிஸ்பதானை தற்காலிகப் பணிநீக்கம் செய்ய மகாராஷ்டிர சட்டமன்றம் எடுத்த முடிவு அரசியல் சாசனத்தின்படி கேள்விக்குரியதும், முற்றும் தவறாக எடுக்கப்பட்டதும் ஆகும். தேசியம் என்ற கருத்தாக்கத்தை, நேர்மையற்ற முறையில் கோஷங்களாக ஏற்று ஒருவகையான இந்துத்துவ தேசிய கலாசாரமாகக் குறைத்து சிறுமைப்படுத்துவதில் ஆர்.எஸ்.எஸ். வெற்றிபெற்றுள்ளதாகவே தோன்றுகிறது.

ஆர்.எஸ்.எஸ். தலைவர் மோகன் பகவத் இந்த மாதத்தில் முன்னர் கூறினார்: ‘‘பாரத் மாதா கி ஜெய்’ என்ற முழக்கத்தை இளைய தலைமுறைக்கு நாம் கற்றுக்கொடுக்கவேண்டிய நேரம் வந்துவிட்டது.’ அவர் மேலும் ‘சில சக்திகள் இளைஞர்களிடம் ‘பாரத் மாதா கி ஜெய்’ என்று சொல்லவேண்டாம் என்று கூறுகிறார்கள்’ எனவும் குற்றம் சாட்டினார். அதன் ஒரு சமிக்ஞையாக மஜ்லீஸ் இ இத்தாத் முஸ்லிமான் கட்சியின் தலைவரும், ஹைதராபாத் நாடாளுமன்ற உறுப்பினருமான ஒவாஸி பதிலளித்துள்ளார்: “நீங்கள் எனது குரல்வளையில் ஒரு கத்தியை வைத்தாலும்கூட நான் ‘பாரத் மாதா கி ஜெய்’ என்று சொல்லமாட்டேன். அது அரசியல் சாசனத்தில் எழுதப்படவில்லை.” இவ்வாறு விவாதங்கள் கட்டமைக்கப்பட, இவர்களில் யார், ‘சரி’, யார் ‘தவறு’ என்ற சார்புநிலை எடுக்க நாடு எதிர்பார்க்கப்படுகிறது. இதைச் சிலர் செய்கின்றனர். ஆம் ஆத்மி கட்சியின் ஊடகப்பேச்சாளர் அஷிடோஷ் ஒருவர் எவ்வாறு கோட்டுக்கு வெளியே நிற்கிறார் என்று எழுதினார்.

இந்தியாவில் பிறந்து வளர்ந்த எந்த ஒருவரும், ‘பாரத் மாதா கி ஜெய்’ என்று சொல்வதை ஆட்சேபிக்கக்கூடாது என்கிறார் எழுத்தாளரும், கவிஞரும் நாடாளுமன்ற உறுப்பினருமான ஜாவேத் அக்தார். அவர் தனது மக்களவையின் பிரிவுபசார கூட்டத்தில் ஒவாஸிக்கு சவால் விடுக்கும் வகையில், “அரசியல் சாசனம் ஒவாஸியை ஷெர்வாணி அணியுமாறு கேட்கவில்லை. ஆனால், அவர் அணிகிறார்” என்ற அவர் தனது பேச்சில் பலமுறை ‘பாரத் மாதா கி ஜெய்’ என முழங்கினார். “இவ்வாறு செய்வது எனது உரிமை” என்றார். யாராவது ‘இல்லை’ என்றார்களா? ஆனால், ‘இது கட்டாயம்’ என்று அவர் கூறவில்லை. சிவசேனை அதைச் செய்தது. அதன் குரலான ‘சாம்னா’ ஒரு தலையங்கத்தில், ‘அது உரிமை அல்ல. கடமை அது கட்டாயமாக்கப்படவேண்டும்’ என்றது. மேலும் ‘பாரத் மாதா கி ஜெய்’ என்று சொல்லாத எல்லோருடைய குடியுரிமையும் பறிக்கப்படவேண்டும்” என்றெல்லாம் கூறுகிறது.

ஹைதராபாத்தின் மூன்றுமுறை நாடாளுமன்ற உறுப்பினரான அஸ்ஸாஸுதீன் ஒவாஸி பிரச்சனைக்குரிய வகையில், “நீங்கள் எனது குரல்வளையில் கத்தியை வைத்தாலும்கூட நான் ‘பாரத் மாதா கி ஜெய்’ என்று சொல்லமாட்டேன்” என அறிவித்துள்ளார். நீங்கள் இதை எப்படிப் பார்க்கிறீர்கள்? ‘பாரத் மாதா கி ஜெய்’ என்பதைவிட, இந்திய தேசிய இராணுவத்தின் தலைவர் நேதாஜி சுபாஷ் சந்திர போஸ்-இன் ‘ஜெய்ஹிந்த்’ என்ற கோஷம் எவ்வாறு புகழ்பெற்றது என்று நீங்கள் வியப்படைகிறீர்களா?

உதாரணத்துக்கு, காந்தியைக் கொன்றவர்களைப் புகழ்பவர்கள் அதேமூச்சில் ‘பாரத் மாதா கி ஜெய்’ என்று கூறினால் அவர்கள் தேசிய உணர்வுள்ளவர்கள் ஆகிவிடுவார்களா? அல்லது அதற்குப்பதிலாக நான் எனது பேச்சின் முடிவில் ‘இன்குலாப் ஜிந்தபாத்’ என்பதைத் தேர்வு செய்தால், அல்லது மேலேயுள்ள எதையும் தேர்ந்தெடுக்காவிட்டால் நான் தேசவிரோதி ஆகிவிடுவேனா?

பகவத் என்ன கூறுகிறாரோ, அல்லது ஒவைஸி என்ன பதில் கூறுகிறாரோ அவைகளுக்கிடையில் மட்டுமே உள்ளது அல்ல நமது தேர்வு என்பதுதான் உண்மை. இந்த விவாதத்தைக் கட்டமைத்ததில் உள்ளார்ந்த போலித்தன்மை உள்ளது என்பதை நாம் கூறவேண்டும். ஏனெனில், இது ஆர்.எஸ்.எஸ் மற்றும் எம்.ஐ.எம்.மின் மதவாத செயல்திட்டத்துக்கு பொருந்தும்வகையில் கட்டமைக்கப்பட்டுள்ளது. ஒருவர் மற்றொருவரின் மதவாத நிகழ்வுகளுக்கு ஒவ்வொரு வாய்ப்பிலும் தீனி போடுகிறார்.

'பாரத் மாதா கி ஜெய்' என்ற முழக்கம் நமது சுதந்திரப்போராட்ட வரலாற்றோடு தொடர்ந்து ஒலிக்கப்பட்டது. அது சங் பரிவாரங்களின் சொத்து அல்ல. சங் பரிவாரம் இந்திய சுதந்திரப் போராட்டத்தில் குறைந்தபட்ச அளவுக்குக்கூட பங்கேற்கவில்லை. இந்தியாவின் சுதந்திரப் போராட்ட வீரர்கள் பிரிட்டிஷ் சிறைகளில் பூட்டப்பட்டிருந்தபோது இந்துத்துவாவைத் தேர்ந்தெடுத்தவர்கள் இந்தியனுக்கு எதிராக இந்தியனை நிறுத்தி பிரிட்டிஷாரின் பிரித்தாளும் சூழ்ச்சி என்ற விளையாட்டில் ஈடுபட்டிருந்தார்கள்.

சுதந்திரப்போராட்ட காலத்தில் கொடுக்கப்பட்ட எந்த ஒருமுழக்கத்தையும்விட பகவத் இந்த ஒரு குறிப்பிட்ட முழக்கத்தைமட்டும் தேர்ந்தெடுத்தது ஏன்? 'பாரத்மாதா கி ஜெய்' என்ற முழக்கம் 20ஆம் நூற்றாண்டின் திருப்பத்தில் தேசத்தின் பிம்பம். அன்னை தெய்வத்தின் வடிவில் சித்தரிக்கப்பட்டு முதன்முதலாக பெரும்பாலும் துர்க்கையின் வடிவத்திலிருந்து பாரத மாதாவை அபனிசந்திர தாகூர் படமாக வரைந்தார். இந்த முழக்கத்தின் தோற்றம்கூட கிரண்சந்திர பானர்ஜியால் எழுதப்பட்டு 1873இல் மேடையேற்றப்பட்ட ஒரு நாடகத்திலிருந்து வந்தது என பல வங்காளிகள் தேடிக் கண்டுபிடித்தனர். பின்னர் அது பங்கிம் சந்திர சாட்டர்ஜியின் மிகவும் புகழ்பெற்ற ஆனந்த மடத்தால் எடுத்துக்கொள்ளப்பட்டது. அது வந்தேமாதரம் என்ற கவிதை வரிகளையும் கொண்டிருந்தது. இந்த இரண்டிலும் தேசம் அன்னையோடும், தொழப்படும் தெய்வத்தோடும் இணைக்கப்பட்டது.

ஆர்.எஸ்.எஸ்-இன் தலைவர் மோகன்பகவத் இந்தியாவின் இளைஞர்களுக்கும்கூட நாட்டுக்கு ஆதரவான முழக்கங்களை எழுப்பக் கற்றுத்தர வேண்டும் என்றார். 1905இல் வங்காளப்பிரிவினையை எதிர்த்த தன்னெழுச்சியான போராட்டத்தில் வங்காளிகளின் எல்லா வகையான நம்பிக்கைகளும் இணைந்தன. வங்காளி-இந்தியாவின் சக்திவாய்ந்த குறியீடான அன்னை தெய்வம் தீயசக்திகளால் தாக்கப்பட்டது. அது பாதுகாக்கப்படவேண்டும். இந்தப் படிமமும், குறியீடும் பின்னர் வங்காளத்துக்கு வெளியேயும் உள்ள தேசிய இயக்கத்தில் வளர்க்கப்பட்டது. அவர்கள் மதம் சார்ந்த புத்துயிர்ப்புக்கான அறைகூவல் பிரிட்டிஷாருக்கு எதிரான தேசியக்கருத்தை எழுப்பும் என நம்பினார்கள். ஆனால், இந்தியாவின் நல்லகாலமாக மதம் சார்ந்த புத்துணர்வு பலவீனம் அடைந்தது. எதிர்பாராதவிதமாக, பெரும்திரளான மக்கள் போராட்டத்தால் ஈர்க்கப்பட்டதோடு இந்திய தொழிலாளர்கள், விவசாயிகள், உழைக்கும் மக்களின் பிரச்சனைகளும் போராட்டத்துக்குள் கொண்டுவரப்பட்டன. பெரும்திரளான இந்த மக்களை ஒழுங்கமைக்கும் வகையில் எண்ணற்ற முழக்கங்களும் எழுந்தன.

இந்த முழக்கத்தின் தோற்றம் ஒரு நோக்கத்தையும், சந்தர்ப்பத்தையும் கொண்டிருந்தாலும், அது ஒரு குறிப்பிட்ட செயல்திட்டத்துடன் ஒழுங்கமைக்கப்படவேண்டும் என எதிர்பார்க்கப்பட்டது. ஆர்.எஸ்.எஸ்.-ம் அதன் பட்டாளங்களும் ஒரு அன்னையின் பிம்பத்தையும், பின்பு அதில் இந்து பெண் தெய்வத்தையும் தேசத்தோடு ஒருங்கிணைக்க வேண்டுமெனவும் கண்டறிந்தன. அதற்கு இணையான முழக்கமாக 'பாரத் மாதா கி ஜெய்' என முழங்குவதை இந்துராஷ்ட்ரத்துக்கான குறுக்குவழியாகக் கண்டது. அதனால்தான் பகவத் இந்த முழக்கத்துக்கு மற்ற எல்லாவற்றையும்விட முன்னுரிமை கொடுக்கிறார். இந்தியா என்ற சிந்தனை பல்வேறு வகையான மக்களையும், பல்வேறு அர்த்தங்களையும் கொண்டது. தேசிய உணர்வு என்பது ஒன்று அல்லது இரண்டு முழக்கங்களுக்குள் குறைக்கப்பட்டுவிடக்கூடாது. இங்கே மேலும் பல்வேறு வகையான அடிப்படைப் பிரச்சனைகள் சம்பந்தப்பட்டுள்ளன. சமூக நீதியிலிருந்து, ஜனநாயக மத சார்பற்ற மதிப்பீடுகளிலிருந்து, நமது அரசியல் சாசனத்தின் மையப்பகுதியிலிருந்து பிரிந்து நிற்கும் ஒரு தேசிய உணர்வு இருக்கமுடியுமா? நாட்டின் இறையாண்மையிலிருந்து பிரிந்து நிற்கும் ஒரு தேசிய உணர்வு சாத்தியமா? நமது நாட்டின் இறையாண்மை உலகநாடுகளுடனான உடன்படிக்கைகளை உருவாக்குபவர்கள் மூலம் ஒவ்வொரு நாளும் தாக்குதலுக்கு உள்ளாகி வருகிறது. தேசத்தின் சுயசார்பு என்ற மிகவும் வலுவான அடித்தளம் பலவீனப்பட்டுவருகிறது. அருவறுக்கத்தக்க சமூக சமத்துவமின்மைக் கொள்கைகள் வளர்ந்து வருவது நம்மை ஆழமாகப் பிளவுபடுத்தி நாட்டைப் பலவீனப்படுத்தவில்லையா? இவைகள் தேசத்துக்கு எதிரானவை என்று கருதப்படக்கூடாதா?

ஆனால், பி.ஜே.பி.-ஆர்.எஸ்.எஸ். அரசின் அதிகாரம், அரசு நிறுவனங்களில் குறுகிய முற்றிலும் ஒருதரப்பான தேசிய உணர்வுபற்றிய வியாக்கியானங்களை செய்துவருகிறது. வலதுசாரி தேசியவாதம் கேள்விக்கு அப்பாற்பட்ட விசுவாசத்தையும், கீழ்ப்படிதலையும் தேசம் என்ற பெயரில் முடிமன்னர்களைப்போல வேண்டுகிறது. ஒரு நாடு எவ்வாறு அமைந்துள்ளது என்ற கேள்வி இந்த விவாதத்தில் இல்லை. அவர்கள் இந்த நாட்டின் மக்களிடமிருந்து, அவர்களது துன்பதுயரங்களிலிருந்து, அவர்களது கனவுகளிலிருந்து, அவர்களது விருப்பங்களிலிருந்து மாறுபட்ட 'இந்துராஷ்ட்ரம்' என்ற கருத்தை ஒரு படிகமாகப் பார்க்கிறார்கள். ஒவாஸியும் தனது குறுங்குழுவாதம் மற்றும் அடிப்படைவாத அரசியல் மூலமும், இஸ்லாத்தில் 'அனுமதிக்கப்பட்ட' அடிப்படைவாத வியாக்கியானங்கள் மூலமும் மக்களைப் பிளவுபடுத்தவும் முயற்சிக்கிறார்.

மோகன் பகவத்தும், ஒவாஸியும் முன்னெடுக்கும் மதவாத அரசியல் ஒரே நாணயத்தின் இரண்டு பக்கங்களே. அவர்கள் இருவரும் சமுதாயத்தை குறுகிய, சன்னல்களே இல்லாத அறைகளில் குவிக்க விழைகிறார்கள். அவற்றின் அமைப்பு முறைகளை அவர்களது சொந்தமதம் மற்றும் மத அமைப்புகளுக்குள் குறுக்கி வியாக்கியானங்கள் மூலம் தீர்மானிக்கிறார்கள். அதிலும் ஒரு வித்தியாசம் உள்ளது. நேரு ஒரு காலத்தில் கூறியதுபோல, சிறுபான்மை மதவாதம் மற்றும் பெரும்பான்மை மதவாதம் இரண்டுமே மோசமானவை. ஆனால், பின்னது தன்னை தேசியஉணர்வு என்ற பொய்த்தோற்றமாகக் காட்டிக்கொள்ளும் என்பதால் மிகவும் ஆபத்தானது.

இதைத்தான் பா.ஜ.க.வும், ஆர்.எஸ்.எஸ்.ஸும் இன்று துல்லியமாக எதிர்பார்க்கின்றன. நாம் அவை இரண்டுக்கும் ‘இல்லை’ என்று கூறவேண்டும். முழக்கங்களைப் பொருத்தவரை நமது தேசியகீதம் இருக்கிறது. நமக்கு அரசியல் சாசனம் இருக்கிறது. இதைத்தவிர வேறுஎந்த ஒன்றும் தேவையில்லை. அல்லது கட்டாயப்படுத்தப்படக்கூடாது. எவர் ஒருவரும் யாரையும் இந்த அல்லது அந்த முழக்கத்தை முழங்கவேண்டும் என்று வற்புறுத்தக்கூடாது.

மேலும் ‘பாரத் மாதா கி ஜெய்’ என்று கூறவிரும்பினால் அவ்வாறே செய்யுங்கள். நீங்கள் ‘ஜெய்ஹிந்த்’ என்பதைத் தேர்வு செய்தால் அதுவும் சரிதான். இந்த இரண்டையும் நீங்கள் விரும்பாவிட்டாலும்கூட அது உங்களை தேசவிரோதியாக ஆக்கிவிடாது. நீங்கள் உங்களின் மகத்தான தேசபக்தக் கடமையாக புரட்சி காக்கப் போராடுவீர்கள் என்றால் “இன்குலாப் ஜிந்தாபாத்” என முழங்குங்கள். தேசத்தின் எதிர்காலத்தை ஒரு குறிப்பிட்ட மத நம்பிக்கை அல்லது கலாசாரத்துக்குள் திணித்து அதை வெளிப்படுத்துவது நமது மக்களின் ஆர்வங்களை சிதைத்துவிடும். இந்தியாவையும் பலவீனப்படுத்திவிடும்.

மிஸ்டர் மோடி சீனர்களிடமிருந்து கற்றுக்கொள்ளுங்கள்

நேர்காணல்: பங்கஜ் மிஸ்ரா, பேட்டி கண்டவர்: பஷ்ரத்பீர்

சீனா மற்றும் கிழக்கு ஆசிய நாடுகளில் விரிவான பயணங்களை மேற்கொண்ட ஒரு சில எழுத்தாளர்களில் பங்கஜ் மிஸ்ராவும் ஒருவர். இதன் விளைவாகக் காலனியாதிக்கத்துக்குச் சவாலாக விளங்கிய, தேசியக் கொள்கைகளை வகுக்கப் பெரிதும் உதவிய, ரவீந்திரநாத் தாகூர், சீனச் சிந்தனையாளர்கள் லியாங் கி சாவோ, சன்யாட் சென் போன்ற ஆசிய அறிவுஜீவிகளின் வாழ்வையும், கொள்கைகளையும் பதிவு செய்த, அறிவுஜீவிகளின் வரலாறான 'பேரரசின் அழிவிலிருந்து' (From the ruins of the Empire) என்ற பங்கஜ் மிஸ்ராவின் நூல் ஒரு புதிய பாதை வகுத்தது. அதைத்தொடர்ந்த அவரது 'மாபெரும் இரைச்சல்' (The Great Glamer) கொள்கைகளையும் அறிவிக்கைகளையும் கொண்டது. மிஸ்ரா சீனாவில் அதிவிரைவு ரயில் மூலம் திபெத்துக்குப் பயணம் சென்றார். சீன அறிவுஜீவிகள், கவிஞர்களைப் பேட்டி கண்டார். ஆர்த்து முழங்கும் ஷாங்காய், ஹாங்ஹாங் நகரங்களைப்பற்றி விவரித்தார். அங்கிருந்த சீனா, தைவான், இந்தோனேசியா, மலேசியா மற்றும் ஜப்பான் நாடுகளின் அரசியல் மற்றும் கொள்கைகளையும் ஆய்வுசெய்தார். அவர் பஷ்ரத் பீரிடம் சீனா பற்றிய ஆய்வுகள், சீனா மற்றும் கிழக்கு ஆசிய நாடுகளுடனான இந்தியாவின் எதிர்முட்டுகள், ஜனநாயகம், முதலாளித்துவம், எதேச்சதிகாரம், சர்வாதிகாரம் ஆகிய கொள்கைகள் பற்றியும், இந்தப்பகுதிகளில் பிரதமர் நரேந்திரமோடி மேற்கொண்ட பயணங்கள் பற்றியும் பகிர்ந்துகொண்டார்.

இந்தியாவில் நீங்கள் கண்ட சீனா பற்றிய சிந்தனைகளுக்கும், சீனாவின் உண்மை நிலைக்குமான வேறுபாடு எந்த அளவில் உள்ளது?

1962 சீன-இந்தியப்போர் சீனாவின் மீதான இந்தியாவின் மனப்பாங்கை அடிப்படையில் சிதைத்து உருவாக்கப்பட்டது. 1962இல் இருந்து சீனாவில் என்ன நடந்தது என்ற மாபெரும் அறிதலைத் தெளிவற்றதாக ஆக்கி இருண்மையில் வைத்தது. சீனாவின் மீதான நமது பார்வை 'சீனா நமது எதிரி. இந்த

எதிரி நமது முதுகில் குத்திவிட்டான். இது நேருவின் இறப்புக்குக் காரணமாயிற்று' என்ற வகையில் உருவாகியிருந்தது. அந்தக்குறிப்பிட்ட கால நிகழ்விலிருந்து மாறிச்செல்லவேண்டிய நேரம் இது. சீனா இப்போது மிகமுக்கியமான, மாபெரும் வர்த்தகப்பங்குதாரர். அங்கு நிலுவையில் உள்ள எல்லைப் பிரச்சனைகளுக்குத் தீர்வு காண்பதற்கான தீவிரமான பேச்சுவார்த்தைகள் நடைபெற்று வருகின்றன. அந்தக் காலகட்டத்தில் நம் காயம் காரணமாக 1962 போருக்குப்பின் நம்மிடம் நம்மைப்பற்றியும், சீனாவைப் பற்றியுமான புரிதல்களும், தகவல்களும், பகுப்பாய்வுகளும் சிறிதளவே இருந்தன. நாம் மிகப்பெருமளவுக்கு அயல்நாடுகளை - குறிப்பாக அமெரிக்காவைச் சார்ந்தே இருந்தோம். சீனாவைப்பற்றி எழுதும் மிகவும் பலவீனமான இந்தியமரபே இங்கு இருந்தது.

ஜி.பி.தேஷ்பாண்டே போன்ற சிலர் எழுதினார்கள். அவர்களில் சிலர் இடதுசாரிகள். அவர்கள் சீனாவைப்பற்றி அபரிமிதமான பிடிப்புடன் எழுதினார்கள். இன்றும் நம்மிடையே சீன வரலாற்றாளர்களாக சில மாபெரும் அறிவுஜீவிகள்-பிரசென்ஜித் தௌரா, விரேன் மூர்த்தி ஆகியோர் உள்ளனர். ஆனால், கடந்த 10-15 ஆண்டுகளில் டெங் ஷியோ பிங்-ஆல் கட்டவிழ்த்து விடப்பட்ட மாற்றங்கள் மூலம் சீனா மிகவேகமாக, மிகப்பெருமளவில் மாறிவிட்டது. அங்கு என்ன நடக்கிறது என்பதைப்பற்றி அறிந்துகொள்வதற்கான தொடர்பை-வழிமுறைகளை நாம் பெற்றிருக்கவில்லை. பல்லவி ஐயர் சிலவேளைகளில் அவற்றைப்பற்றி அறிந்துகொண்டிருந்தார். ஆனால், இப்போது அவரும் சீனாவைவிட்டு வெளியே வந்துவிட்டார். நம்மிடம் சில பன்னாட்டு உறவு நிபுணர்களும், பாதுகாப்பு தொடர்பான சிந்தனையாளர்களும் இருக்கிறார்கள். ஆனால், அந்தவகையான எழுத்துகள் நம்மை வெகுதொலைவுக்கு எடுத்துச்செல்ல முடியாதன. நம்மிடம் அருண்ஷோரி போன்ற, எல்லாத்தரவுகளையும் ஏற்றுக்கொள்ள முடியாத அளவுக்குப் பொதுமைப்படுத்துவதில் சிறந்து விளங்குகின்ற சிந்தனையாளர்களும் உள்ளனர். சீன சமுதாயம் மற்றும் அரசியல் பற்றி மிக ஆழமாக, அத்தோடு ஏற்றுக்கொள்ளத்தக்கவகையில் அறிவார்ந்த வேலைகளைச் செய்துள்ள ஆஸ்திரேலிய, ஜப்பானிய எழுத்தாளர்களையும், கல்வியாளர்களையும் ஒப்பிடும்போது - ஏன் சின்னஞ்சிறு தைவான் அறிவுஜீவிகளுடன் ஒப்பிடும்போதும் நான் சொல்வதன் அர்த்தத்தை நீங்கள் காணலாம்.

இந்தியாவைவிட சீனா எந்த அளவுக்கு உயர்ந்திருக்கிறது? 'வளர்ச்சி' என்ற வார்த்தையைப் பயன்படுத்தி இந்த இரு நாடுகளையும் ஒப்பிட்டால்...

வெறுமனே இந்தவகையில் வளர்ச்சியை அளவீடுசெய்ய நான் விரும்பவில்லை. அந்த அளவுகளை ஒருவர் அறியவிரும்பினால், அதை நீங்கள் மனிதவளமேம்பாட்டு வளர்ச்சிவீதம் மற்றும் உள்கட்டுமான அளவுகளைக்கொண்டு முடிவுக்கு வரலாம். சீனா இந்தியாவைவிட மிக உறுதியாக 30 ஆண்டுகள் முன்னே உள்ளது. சீனா ஒரு மாபெரும் நவீன தேசமாகியிருக்கிறது என்ற கருத்துக்கு இதைக்கொண்டு மட்டுமே முடிவுக்கு வந்துவிடக்கூடாது. இந்த வளர்ச்சிப் போக்கில் சீனமக்கள் சந்தித்த எண்ணற்ற துன்பதுயரங்களையும் நாம் கணக்கில் எடுத்துக் கொள்ளவேண்டும். இந்த இரண்டையும் எவரொருவராலும் பிரித்துப்பார்க்க முடியாது.

சீன நகரங்களைப்பற்றி ஏராளமானவற்றை நாம் கேட்க முடிந்திருக்கிறது. சீனாவின் கிராமம் எதைப்போல உள்ளது? கிராமப்புற சீனாவையும், கிராமப்புற இந்தியாவையும் நாம் எவ்வாறு ஒப்பீடு செய்வது?

சீன கிராமத்தின் வாழ்க்கை மிகமிக அதிகமாக ஒழுங்கமைக்கப்பட்டிருக்கிறது. ஏனெனில், சீனாவின் மிகத்தொலைவில் உள்ள ஒவ்வொரு குக்கிராமத்திலும்கூட கம்யூனிஸ்ட் கட்சி இருக்கிறது. இந்திய கிராமங்களில் இத்தகைய இருப்பு அரசு அல்லது அரசுசாரா நிறுவனங்களில்கூட இல்லை. சீன கிராமங்களில் (கம்யூனிஸ்ட் கட்சியின்) இத்தகைய இருப்பு ஒற்றுமை மற்றும் ஒரேசீரான தன்மை என்ற உணர்வையும் உருவாக்கியுள்ளது. அது இந்தியாவில் இல்லை. இந்திய கிராமங்கள் ஒவ்வாத கலப்புகள்கொண்ட வேற்றியல்புகள் கொண்டவை.

இந்தியாவில் சாதிகள் இருப்பதை நான் நினைத்துப்பார்க்கிறேன். கிராமங்கள் எவ்வாறு புவியியல்ரீதியாக சாதீய அடிப்படையில் கட்டமைக்கப்பட்டிருக்கின்றன என்பதைக் காணலாம். இது சீனாவில் முற்றிலும் மாறுபட்டது. சீனக் கிராமங்களில் சமத்துவம்- அனைவரும் சமம் என்ற கலாசாரம் நிலவிவருகிறது. உத்தரப்பிரதேசம் அல்லது பீகாரின் கிராமங்களில் காணப்படும் குருகுல முறையிலான சாதி, இரக்கமற்ற கொடுமை, காட்டுமிராண்டித்தனம் ஆகிய தன்மைகளைச் சீன கிராமங்களில் காணமுடியாது. சீனாவில் குலமுறை என்பது வர்க்க அடிப்படையிலானது. பணக்கார இளைஞன் ஏழைகள் மற்றும் பலவீனர்கள் மீது பிரபுத்தனத்தைக் காட்டுவது பற்றியது.

சீனாவுக்குப்பிறகு அதன் வளையத்தில் உள்ள பல கிழக்கு ஆசிய நாடுகளில் உங்கள் நேரத்தைக் கழித்துள்ளீர்கள். நீங்கள் இந்தோனேசியா, மலேசியா, மங்கோலியா மற்றும் பிற இடங்களைப் பற்றி எழுதியுள்ளீர்கள். இந்த இடங்களைப்பற்றி நாங்கள் மிக

அதிகமாக மேற்கத்திய எழுத்தாளர்களின் எழுத்துகளில்தான் படித்துள்ளோம். இந்தியக் கருத்தாக்கங்களிலிருந்து அவை எந்த அளவுக்கு வேறுபட்டிருக்கின்றன?

ஒரு இந்தியன் என்ற முறையில் நீங்கள் சில வரலாறுகளோடும், இந்தோனேசியா போன்ற இடங்களோடும் - அங்கு இந்து பௌத்த கடந்தகாலம் இருப்பதால் - எளிதில் தொடர்பு கொண்டிருக்கமுடியும். இந்துக்கள் இன்றும் அங்கு வாழ்கிறார்கள். அல்லது முஸ்லீம்கள் அங்கு சமயவழிபாடுகளை நடத்துகிறார்கள். அது அங்கு எப்போதும் பிரபலமானது. மலேசியா போன்ற இடங்களில் என்னை மிகவும் ஈர்த்த விஷயங்களில் ஒன்று இந்தியாவிலிருந்தும், சீனாவிலிருந்தும் குடிபெயர்ந்து வந்தவர்களை- தென்னிந்தியாவிலிருந்தும், சீனாவிலிருந்தும் வந்தவர்களை அவர்கள் எவ்வாறு உள்வாங்கி ஈர்த்துக்கொண்டார்கள் என்பதே. அந்த விஷயங்கள் உங்களுக்கு மிகவும் ஆர்வத்தை ஏற்படுத்தும். மலேசியாவில் சீக்கியர்களும், தமிழர்களும் இருக்கிறார்கள். பினாங்கில் சீனர்கள் இருக்கிறார்கள். அவர்கள் ஒன்றிணைந்து -அமெரிக்க அல்லது பிரிட்டிஷ் எழுத்தாளரால் உணர முடியாத - எல்லாவகையான நம்பிக்கைகளும் ஒருங்கிணைந்த புதிய கலாசாரத்தை உருவாக்கியிருக்கிறார்கள்.

இந்த இடங்களில் நடைபெற்றுவரும் சுவையான மற்றொரு விஷயம், சீனாவின் எழுச்சி இந்தப்பகுதிகளை மாறுதல்களுக்கு உள்ளாக்கியிருக்கிறது. பொருளாதார அம்சங்களில் மட்டுமல்ல, நாம் இங்கு கடல் கடந்துவந்த சீனர்கள் என்ன செய்கிறார்கள் என்பதையும் கவனமாகப் பார்க்கவேண்டும். அவர்கள்தான் சீனப் பொருளாதாரத்தின் முதல் முதலீட்டாளர்களாக இருந்தார்கள். இந்தோனேசிய சீனர்கள், தைவான் சீனர்கள், சிங்கப்பூர் சீனர்கள் தான் சீனாவின் சிறிய மற்றும் இரண்டாம் அடுக்கு நகரங்களுக்கான முதல் முதலீட்டாளர்களாக இருந்தார்கள். அமெரிக்க கார்ப்பரேட் கம்பெனிகளும், வியாபாரிகளும் கடற்கரைக்குப் பின்பகுதியில் உள்ள இடங்களுக்குச் செல்லவிரும்பவில்லை. மலேசியாவில் உள்ள கடல்தாண்டி வந்த சீனர்களின் அரசியல் உள்ளடக்கவடிவம் அங்கிருந்த குல தர்ம சமூகத்தை மாற்றியமைத்தது. இந்தோனேசியாவும் மாறுதல்களுக்குள்ளானது.

மலேசியாவில் இருந்த குடிபெயர்ந்து வந்த சீனர்கள் ஏராளமான சிரமங்களுக்குள்ளானார்கள். அவர்களுக்குப் பொருளாதார உரிமை இருந்தது. ஆனால், அவர்கள் விவசாயிகளை அடுத்துத் தலைகுனிந்து செல்ல நேர்ந்தது. அது எவ்வாறு மாறியது?

சீன தேசியம் என்பதன் பெரும்பகுதி அயல் நாடுகளிலிருந்த சீனர்களால் கட்டமைக்கப்பட்டது. ஏனெனில், கடல்கடந்து அயல்நாடுகளில் வாழ்ந்த சீனர்கள் கலிஃபோர்னியா, சிங்கப்பூர், மணிலா மற்றும் பினாங் போன்ற இடங்களில் பெரும்பான்மையினர் மத்தியில் வாழ்ந்து அவமதிக்கப்பட்டதை உணர்ந்தார்கள். இப்போது அங்கு தாயக சீனாவின் எழுச்சி வலிமையான உணர்வுகளை ஏற்படுத்தியுள்ளது. அது மகிழ்ச்சிக் கொண்டாட்டங்களை ஏற்படுத்தியுள்ளது. அதே நேரத்தில் கடல்கடந்த சீனர்களின் நிலை வலுவானதாகவும், அச்சமூட்டுவதாகவும் ஆகியுள்ளது. இந்தோனேசிய சீனர்கள் கடந்த 15 ஆண்டுகளாகப் பலியாடுகளாக இருந்தார்கள். ஆனால், இப்போது பெரும்பான்மை அரசியல்வாதிகளிடம் அவர்களுக்கு - இந்த மக்கள் மிகப்பெரிய சீன உலகத்தைச் சார்ந்தவர்கள். எனவே நீங்கள் கவனமாக இருக்கவேண்டும் என்று - ஒரு அங்கீகாரம் கிடைத்துள்ளது. இது இந்தோனேசியா, மலேசியா போன்ற இடங்களிலும் அரசியல் மாற்றத்தைக் கொண்டுவந்துள்ளது.

இந்தக் கிழக்கு ஆசிய நாடுகளின் புதிய தலைமை சக்தியாக சீனா இருக்குமா?

ஜப்பான் உள்ளிட்ட இந்தப்பகுதியில் நீங்கள் கேள்விப்படும் பல விஷயங்களில் ஒன்று 'இந்தியா இங்கு இல்லை'. இந்தியாவின் மென்மையான அதிகார சக்தி இந்த இடங்களில் காணப்படவில்லை. நாம் மரபுரீதியாக இத்தகைய அதிகாரத்தை உயர்த்திப்பிடிக்க நன்கு ஆயத்தமாகவில்லை. மேலும் நமது பொருளாதார பலமும் சீனாவை ஒப்பிடும்போது பலவீனமானது.

சீனா மிகப்பெரிய சக்தியாகக் கட்டாயம் ஆகும். மேலும், இந்தப் பகுதிகளில் கடல்கடந்த சீனர்கள் மிகப்பெரிய, ஆற்றல் வாய்ந்த மக்கள் குழுவினராகவும் உள்ளார்கள். இந்தியா இங்கு மிக அறிவுப்பூர்வமான முதன்மை இடத்தை வகிக்க முடியும். அது வரவேற்கவும்படும். ஏனெனில், அது சீனாவைவிட, நல்ல நம்பகமான வடிவத்தைப் பெற்றிருக்கிறது.

சீனா பொருளாதார ரீதியாக அணைத்துக்கொள்ளும். ஆனால், அத்துடன் அதன் மீது பயமும், சந்தேகமும் இருக்கிறது. இதனால்தான் அமெரிக்கா ஒரு வாய்ப்பை எதிர்பார்க்கிறது. விரக்தியோடு TTP என்கிற 'ட்ரான்ஸ் பஸிபிக் பார்ட்னர்ஷிப்' எனும் வர்த்தக ஒப்பந்தத்தை முயற்சிக்கிறது. இது இப்பகுதியில் உள்ள எல்லாப் பெரிய பொருளாதாரங்களையும் உள்ளடக்கியுள்ளது - சீனாவைத்தவிர. இது இந்தப் பகுதியில் சீனாவின் பொருளாதாரத்தை மட்டுப்படுத்தவும்,

சீனாவின் ஒட்டுமொத்த தந்திரங்களையும், இராணுவ வீச்சையும் கட்டுப்படுத்த அமெரிக்காவுக்குக் கிடைத்துள்ள மிகப்பெரிய வாய்ப்பு. பிரதமர் நரேந்திரமோடியின் தேர்தல் இந்திய நடுத்தர வர்க்கத்தினரிடையே கிழக்கு ஆசியாவின் வலிமைமிக்க மனிதராக வேண்டும் என்ற உள்ளார்ந்த விருப்பத்தைக் காட்டுகிறது. இப்போது அவர் ஆட்சிஅதிகாரத்தில் ஓராண்டை நிறைவு செய்துள்ளார்.

சீனாவும், கிழக்கு ஆசிய சமூகங்களும் வலிமை வாய்ந்த மனிதர்களால் வழிநடத்தப்பட வேண்டும் என்று நீங்கள் ஆய்வுசெய்துள்ளீர்கள். வலிமை வாய்ந்த மனிதர்கள் என்பதை நீங்கள் எவ்வாறு விளக்குகிறீர்கள்?

நாம் இதுவரை பார்த்ததன் சுருக்கம், கிழக்கு ஆசியா மற்றும் இந்தியாவுக்கும் இடையேயான நிகழ்வுகள், பனிப்போர் வெடிப்பு, ஜனநாயகம் மற்றும் எதேச்சாதிகாரத்தின் இரண்டு இயல்புகள், இந்தியா ஜனநாயகத்தில் ஒரு விதிவிலக்காக உள்ளதும், பிற மற்ற நாடுகள் எதேச்சாதிகாரம் அல்லது சர்வாதிகாரத்தன்மை கொண்டதாக இருப்பதும் ஆகியவையே. மோடி, தன் நெருங்கிய கார்ப்பரேட் நண்பர்களுடன் முதலாளித்துவத்துக்கான மாபெரும் இந்தியாவின் மிகப்பெரிய ஆளாக கிழக்கு ஆசிய குணவியல்புகளோடு இருக்கிறார்.

சுகார்த்தோவோடும், லீ குவான் யூ வோடும், பெய்ஜிங்கில் அப்போது இதைப் பெரிதுபடுத்திய CCPயின் பிராந்திய எஜமானர்களோடும் மோடியை இணைத்து ஒருவர் சிந்திக்கவேண்டும் என்று நான் கருதுகிறேன். இவர்கள் எல்லாம் மேலும் கீழுமான தீர்வுகளை விரும்புகிற, அதிவேக முடிவுகளை எடுக்கிற, நேரடியாகத் தங்கள் முன்னேற்றத்துக்கு உதவாத எந்த ஒன்றையும் அலட்சியப்படுத்துகிற கார்ப்பரேட்டுகளாலும், அதிகார வர்க்கங்களாலும் ஆதரிக்கப்படுபவர்கள். எனவே ஆசியாவில் நடுத்தர வர்க்கத்தின் எழுச்சி, ஜனநாயகத்தைவிட தனிப்பட்ட செல்வாக்குமிக்க, சாதாரணமக்களின் ஆதரவுபெற்றவர்களின் வளர்ச்சிக்கு உதவியது.

அதிர்ஷ்டவசமாக, மிகவும் வேறுபட்ட தன்மைகளைக்கொண்ட இந்தியாவிலிருந்து எந்த ஒரு மோடியும் உருவாகலாம். சுகார்த்தோவைப் போன்ற உண்மையிலேயே தனிப்பட்ட செல்வாக்குமிக்க தலைவர்கள் இந்தியாவில் மிக நீண்டகாலமாக உருவாக முடியவில்லை. 65 ஆண்டு காலமாக ஆழமான குறைபாடுகள் கொண்டதாக ஜனநாயகத்தின் வளர்ச்சிப்போக்கு இருந்து வந்துள்ளது. அப்படியிருந்தும் ஒரு இந்தியா உருவாகியிருக்கிறது. இங்கே மோடி போன்ற ஒருவர் வரையறைக்குட்பட்ட வெற்றியையே அனுபவிக்க முடியும்.

மேலும் அவர் ஆட்சி அதிகாரத்தில் ஓராண்டுகாலம் இருந்தபின்பும், மிக அதிகமான வெளிநாட்டுப் பயணங்களை மேற்கொண்டு தத்தளித்துக் கொண்டிருக்கிறார். சீனாவில் மோடி, சிறிய உல்லாசப் பயணங்களை மேற்கொண்ட பிற அயல்நாட்டவரைப் போலவே - இன்னும் தனது புதிய அதிகாரத்தின் மணத்தை நுகர்பவராக, அதன் அலங்கார ஆடையை அணிவதை அனுபவிப்பவராக, வெளிநாடுவாழ் இந்தியர்களுக்கு வாலைக்குலைத்து விசுவாசம் கட்டுவதில் போதைகொண்டவராக - பார்க்கப்பட்டார். சீனர்கள் ஜப்பானின் ஜின்ஸோ அபேயுடன் -இவர் ஜப்பானின் ஆற்றல்வாய்ந்த தேசியத்தலைவராக சில ஆண்டுகளாக அறியப்படுபவர் - மோடி கொண்டுள்ள உறவுகள்பற்றி எச்சரிக்கை கொள்ளாமல் இருக்கமாட்டார்கள். மோடி சீனாவுக்குச் சென்று மங்கோலிய பிடிலை இசைத்தார் என்பதாலேயே சீனாவின் அண்டைநாடாக இந்தியா தானாகவே ஒரு மிகப்பெரிய பாத்திரத்தை வகிக்கக்கூடியதாக ஆகிவிட முடியாது.

சீனாவின் அண்மை நாட்டவர்கள் பொருளாதார ரீதியாக அதைச்சார்ந்து இருப்பவர்கள். இந்தியாவால் இந்த உண்மைநிலையை மாற்றிவிட முடியாது. இதுவல்லாமல் இந்தியா கொஞ்சம் பணத்துக்காக சீனாவின் கதவுகளைத் தட்டிக்கொண்டிருக்கும்போது அதற்கான முயற்சியில் இறங்கமுடியாது. மோடியும் அவரது ரசிகர்களும் சீனர்களிடமிருந்து உண்மையில் கற்றுக்கொள்ளவேண்டிய ஒரு விஷயம்- 'சீனர்கள் மிக ஆழ்ந்த கவனத்தோடு' தன்னை முன்னிறுத்திக் கொள்வதையும், நிலைநிறுத்திக் கொள்வதையும் நிராகரிக்கிறார்கள்' என்பதே. சீனர்கள் 30 ஆண்டுகளாகத் தங்களைச் சுயவலிமைப்படுத்திக் கொள்வதில் ஈடுபட்டிருந்தபோது தங்களது அதிகாரம் மற்றும் செல்வாக்குப்பற்றிப் பெரிதும் அலட்டிக் கொள்வதிலிருந்து விலகிநின்றாகள். இதற்கு மாறாக சீனத் தலைவர்கள் தங்களது ஆற்றலைக் குறைத்துக் காட்டித் தங்கள்முன் உள்ள பிரச்சனைகளுக்கு அழுத்தம் தந்தார்கள். அவர்கள் கடல்கடந்த சீனர்களிடமிருந்து அதற்கான உறுதிப்பாட்டை நிச்சயம் கேட்கவில்லை.

சீனாவின் அண்மையில் உள்ளவர்களுக்கு இந்தியா ஒரு கவர்ச்சிகரமான நாடாகத் திகழ மோடி தனது 'பிடிலை' அப்புறப்படுத்தவேண்டும் என்பதை நாம் அறிகிறோம். வெளிநாடுவாழ் இந்தியர்களிடமிருந்து பாதுகாப்பற்ற ஆதரவை நாடுவதிலிருந்து விலகி நிற்கவேண்டும். சிறிது காலம் நம் நாட்டிலேயே மோடி தங்கியிருந்து இங்கு எழும் எண்ணற்ற சவால்களைச் சந்திக்கவேண்டும்

- The Hindu, 24.5.2015

மோடி அரசின் சகிப்புத்தன்மை இன்மையும் அருண் ஜேட்லியின் சுழல்விளையாட்டும்

-ஜி. சம்பத்

இந்தியாவில் சகிப்புத்தன்மையற்ற ஒரு சூழல் மூச்சுத்திணற வைக்கிறது என்பதை விளக்கும் வகையில் ஏராளமானவை எழுதப்பட்டுள்ளன. இயான்பெக் ஈவன், சல்மான் ருஷ்தீ போன்ற 200 எழுத்தாளர்கள் நரேந்திர மோடியிடம் இந்தப் பிரச்சனையை எழுப்புமாறு பிரிட்டிஷ் பிரதமர் டேவிட் காமரூனுக்கு எழுதிய ஒரு திறந்த மடல் மூலம் பிரதமர் நரேந்திர மோடியை இந்த 'சகிப்புத்தன்மை இன்மை' என்ற நச்சரிப்பு தொடர்ந்து வந்தது.

முடிவுபெறாத ஒரு தொடர்நிகழ்வான இந்தச் 'சகிப்புத்தன்மை இன்மை'-சுருக்கமாக மோடியின் வார்த்தைகளில் சொன்னால்- 'துரதிர்ஷ்டவசமான சம்பவங்கள்'- எம்.எம்.கல்புர்கியின், மொஹமது இக்லக்கின், டயோட்டா 'ஷோ ரூம்' பணியாளர்களின், யாகூப் ஷேய்க்கின், தொடர்ந்து நிகழ்ந்த கஷ்மீரி லாரி டிரைவர்களின், சன்பேத்தில் எரிக்கப்பட்ட இரண்டு தலித் குழந்தைகளின் கொலைகள் எல்லாமே 'சகிப்புத்தன்மையற்ற' நிகழ்வுபற்றிய ஒருவகையான சிறிய கணக்கெடுப்புத்தான் இது.

உங்களோடு ஒத்துப்போகாதவர்களை இங்கே கொல்வதற்காக இன்று பல்வேறு உத்திகள் வகுக்கப்பட்டு 'சகிப்புத்தன்மை இன்மை' ஒரு புதியமுறையில் அவற்றைச் சாத்தியமாக்குகிறது. இங்கு நம்முன்- எடுத்துக்காட்டாக- ஒட்டுமொத்த சங்பரிவாரங்களின் படையும், வன்முறையில் ஈடுபடும் ஆரவாரக்கூட்டமும் - இவர்களில் பலர் பா.ஜ.க. பொறுப்பாளர்கள் - வெறுப்புப்பேச்சை நிகழ்த்தி வறுத்தெடுக்கும் நடைமுறையைக் கையாளுகின்றனர் எனத் தோன்றுகிறது. இன்னொரு உத்தியாக, அரசு நிதியளிக்கும் கலாசார நிறுவனங்களில் தேர்ந்தெடுக்கப்படாத ஆட்சிமுறையாக இந்துத்துவாவின் ஒற்றைக் கலாசாரத்தை

ஏற்றுக் கொண்டவர்களைப் பதவிகளில் நியமிப்பது. அதன்பிறகு பெரும்பான்மையினரின் 'சகிப்புத்தன்மை இன்மையை' அரசு சகித்துக்கொள்ளும். தண்டிக்கப்பட மாட்டார்கள் என்ற செய்தி அனுப்புவது என்பதை மேற்கொண்டுள்ளது. அதன் விளைவாக அங்கொன்றும், இங்கொன்றுமான நிகழ்வுகள் - புத்தக வெளியீடுகளைத் தடுத்தல், 'கர் வாபஸி', 'லவ் ஜிகாத்' போல மேலும் மேலும் பல நிகழ்வுகள் நடந்துவருகின்றன.

இவையெல்லாம் ஒட்டுமொத்தமாக 'சகிப்புத்தன்மை இன்மையின் வகைகளாக அல்ல, 'மிக அதிகபட்சமான சகிப்புத்தன்மை'யின் வகைகளாக- வெறுப்பூட்டும் பேச்சுக்கள், குறுங்குழு வன்முறைகள், அரசியல் சாசனத்தில் உறுதியளிக்கப்பட்ட சுதந்திரத்தைச் சீர்குலைப்பது ஆகியவை வெளிப்பட்டன. இவ்வாறு சகித்துக்கொள்ள முடியாதவற்றை எழுத்தாளர்கள், கல்வியாளர்கள், மாணவர்கள், விஞ்ஞானிகள் போன்றோர் எந்தெந்த வகையில் முடியுமோ - விருதுகளைத் திருப்பி அனுப்புவது, திறந்த மடல் எழுதுவது போன்ற- அந்தந்த வகைகளில் எதிர்த்தனர்.

துரதிர்ஷ்டவசமாக, இன்றைய இந்தப் பிரச்சனைகள் வாழ்வா? சாவா? என்ற பிரச்சனையாக உண்மையில் இருப்பதிலிருந்து, 'சகிப்புத்தன்மை இன்மைகளில்' ஒன்றாக வர்ணிப்பதும், ஒரு கலாசாரப் போர் போலத் தோன்றவைப்பதும் அரசுக்கு எளிதானதாகிறது.

ஆகவே, முதலில் தேசிய ஜனநாயகக் கூட்டணி அரசு இந்த எதிர்ப்பு அலைகளைத் 'தயாரிக்கப்பட்ட கிளர்ச்சி' என ஒதுக்கித்தள்ளியது. பின்னர் அந்தக் கிளர்ச்சியாளர்களை 'காங்கிரஸ் சார்பாளர்கள்' என அவப்பெயர் சூட்ட முயன்றது. ஆனால், 'மூடியின் ஆய்வறிக்கையையோ, அல்லது அமெரிக்காவின் பத்திரிகைகளையோ, இந்திய ரிசர்வ் பேங்க் ஆளுநரையோ காங்கிரஸ் என்று நிராகரிக்க முடியாது. அருண் ஷோரி தே.ஜ.கூ. அரசை 'காங்கிரஸ் + பசு' என்று அடையாளப்படுத்துகிறார்.

அரசின் பிளவுபடுத்தும் 'சகிப்புத்தன்மைக்கான' ஆதாரங்கள் குவிந்தபோது, இவை எல்லாவற்றிலும் பாதிக்கப்பட்டவராகக்காட்ட மோடியை பா.ஜ.க தனது உறுதியான கடைசிப் புகலிடமாக்கிக்கொண்டது.

அண்மையில் ஊடகங்களில் பெரிதும் எடுத்தாளப்பட்ட ஒரு முகநூல் பதிவில் நிதி அமைச்சர் அருண் ஜேட்லி ஒரு கூர்மையான எதிர்த்தாக்குதலை, '2002 முதல் பிரதமர்தான் 'தத்துவார்த்த சகிப்புத்தன்மை இன்மை'யால் மிகவும் பாதிக்கப்பட்டவர்' என்ற கருத்தைத் தெரிவித்தார். அது உண்மையின் மீதான 'சகிப்புத்தன்மை இன்மை' என்ற சிந்தனையாகவும், வழக்கத்துக்கு மாறான 'சகிப்புத்தன்மை

இன்மை' என்ற கருத்தாக்கத்தின் மீதான 'சுழல்' ஆகவும் இருந்தது. இந்தத் தந்திரம் அவரது எதிராளிகளை வாயடைக்க வைத்தது. உண்மைத்தன்மையற்ற, தந்திரமான இந்தக்கருத்து, சிலவற்றை ஆய்ந்து பார்க்கவேண்டிய தேவையை ஏற்படுத்தியுள்ளது.

முதலாவதாக, 'சகிப்புத்தன்மை இன்மை' என்ற வார்த்தையின் அர்த்தத்தை 'விமர்சனம்' என்பதாகத் திரிக்கிறார். ஆனால், அதன் அர்த்தம் அதைவிடப் பெரியது. அது இன்னொருவரின் அரசியல், சமூக சமத்துவம், தனது கருத்தை வெளியிடும் சுதந்திரம் ஆகியவற்றைத் தடுப்பதாகும்.

வேறுவகையில் சொல்வதானால், அரசு அல்லது அரசு இயந்திரத்தின் ஆதரவை யார் அனுபவிக்கிறார்களோ, அவர்கள் கைகளில் உள்ள அதிகாரம், அரசால் ஆளப்படும் சமூகத்தின் மீது சகிப்புத்தன்மை இல்லாமல் செயல்படுத்தப்படும். 'தத்துவார்த்த சகிப்பின்மை' என்ற அருண் ஜேட்லியின் மனதில் உள்ள கருத்து இந்த விஷயத்தில் அறிவுக்குப் பொருத்தமானதாக இல்லை. அல்லது ஒரு ஆண்டானின் தத்துவத்துக்கு ஓர் அடிமையின் 'சகிப்புத்தன்மை இன்மை' என்று பொருள்படுகிறது.

தற்போதைய நிகழ்வில், உண்மையான பிரச்சனை 'சமூகத்தின் சகிப்புத்தன்மை இன்மை' அல்ல. இந்தச் சமூகம் 18 மாதங்களில் ஒட்டுமொத்தமாக ஒன்றும் மாறிவிடவில்லை. ஆனால், அரசின் சகிப்புத்தன்மை தான் மாறியிருக்கிறது. அது தத்துவத்தைப் பற்றியதல்ல. ஆனால், சாதாரண விஷயமாக அறியப்படும் 'சட்டம்-ஒழுங்கு' பற்றியது. அதைப் பராமரிக்கவேண்டியது அரசே. ஒரு செயல்படும் அரசில், அரசு சாராத செயல்பாட்டாளர்கள் சட்டத்துக்குப் புறம்பான வன்முறைகளில் ஈடுபடுவதிலிருந்து தப்பிக்க முடியாது. இவற்றைச் செய்வதை தந்திரமாகவும் அதிகாரப்பூர்வமாகவும் எப்போது அரசு சகித்துக்கொள்கிறதோ அல்லது உற்சாகப்படுத்துகிறதோ அப்போது இவர்களால் உயிர்க்கொலை முதலான சகிக்கமுடியாத செயல்பாடுகளைச் செய்யமுடியும்.

இரண்டாவதாக, அருண் ஜேட்லியின் கருத்தில் உள்ளடங்கியிருப்பது: 'பிரதமர் பாதிக்கப்பட்டிருக்கிறார்' என்று சொல்வது, 'பாதிக்கப்பட்டவராகத் தோன்றுவதற்குரிய செயல்களைச் செய்திருக்கிறார்' என்று தோன்றவைக்கிறது. 'இந்த நாட்டிலேயே மிகவும் அதிகாரம் வாய்ந்த ஒரு பதவியை அவ்வாறு பாதிக்கப்பட்டவர்தான் அடையமுடியும்' என்றானால், ஏராளமானவர்கள் அதேபோல் பாதிப்புக்குள்ளாகவே விரும்புவார்கள்.

மூன்றாவதாக, அருண் ஜேட்லியின் கூற்றை நாம் மெய்யாகவே ஒத்துக்கொண்டால், 'மோடி எதிர்கொண்ட' தத்துவார்த்த சகிப்புத்தன்மை இன்மை'யின் உண்மையான தன்மை என்ன? இந்தக் கேள்விக்குப் பதில்கூற நாம் அவரது தத்துவம் என்ன என்பதைக் கூறியாக வேண்டும். மோடியின் உண்மையான தத்துவம் என்பது எப்போதுமே வளர்ச்சி என்பதாகத்தான் இருந்திருக்கிறது. வளர்ச்சியைத்தவிர வேறொன்றும் இல்லை. இது உலகறிந்த உண்மை. எழுத்தாளர்கள், திரைப்படத் தயாரிப்பாளர்கள் மற்றும் மோடிக்கு 'விசா'தரமறுத்த அமெரிக்கா ஆகிய எல்லாருமே மோடியின் வளர்ச்சி சார்ந்த தத்துவத்தை மறுத்தவர்கள் என்று அருண் ஜேட்லி கருதுகிறாரா? நல்லது. ஆம். இல்லை. ஒருவேளை இருக்கலாம்!

இதுதான் அவர் 2002ஐக் குறிப்பிடுவதற்கான மிகப்பெரிய வீச்சாக இருக்கிறதா? ஒருநிலையில் அது ஒரு வெறும் எண். மோடி பாதிக்கப்பட்டதாகக் கருதப்படும் ஆண்டின் துவக்கம். ஆனால், அடுத்த நிலையில், 2002இல் அவர் என்ன செய்தார்? அல்லது என்ன செய்யவில்லை? என்பதைப்பற்றி மோடியின் புகழ்பாடுபவர்களுக்கு எச்சரிக்கைவிடுக்கும் நாயின் குறைப்பு! இந்த தேசம் 2002இல் இருந்து, - அது டீஸ்டா செதல்வாட்டோ அல்லது ரொமிலா தாபரோ - மேலே செல்லவேண்டும் என்று விரும்புகிறது. ஆனால், மோடியின் அமைச்சரவையில் உள்ள, தாராள சிந்தனை கொண்டவர் எனக் கருதப்படும் ஓர் அமைச்சர், 2015இல் நமக்கு 2002ஐ நினைவுபடுத்துகிறார்!

சகிப்புத்தன்மை இன்மையால் பாதிக்கப்பட்டவர் மோடி என அப்பாவிபோல அருண் ஜேட்லி கூறுவது, 'எதிர்காலத்தில் இவ்வாறு நடக்கவேண்டும்' என்ற சுயவிருப்பத்தை நிறைவேற்றுவதில்தான் முடியும் -அந்த அர்த்தத்தில் அவர் சொல்லவில்லை என்றாலும்! இது மோடியின் தத்துவத்துக்கு எதிராளிகளின் சகிப்புத்தன்மை இன்மையால் அல்ல. அவரது சொந்தக்கட்சி உறுப்பினர்களும், சங்பரிவாரத்தில் இணைந்துள்ளவர்களும் அவரது அரசியல் எதிர்காலத்தைப் பாதிக்கப்போகிறார்கள். பீகார் சட்டமன்றத் தேர்தலில் பா.ஜ.க. பெற்ற பலத்தஅடி இதற்கு ஒரு தவறில்லாத எச்சரிக்கை ஆகும். சங்பரிவாரங்களின் திட்டத்தை நடைமுறைப்படுத்த மறுத்துத் தனித்தன்மை கொண்ட ஒவ்வொருவரும் பிரதமரின் அலுவலகத்தைக் குற்றம்சாட்டாவிட்டால் தனிமைப்படுத்தப்பட்டு மறைந்துபோக வேண்டியவர்களே.

எதிர்ப்பாளர்களை எதிர்ப்பது

மோடி பாதிக்கப்பட்டவர் என்ற அடையாளத்துக்கும் அப்பால், எதிர்ப்பாளர்கள்மீது எதிர்த்தாக்குதல் தொடுக்க இன்னொரு உத்தியாக, அவர்களை சமுதாயத்தின் மேல்தட்டினராக வகைப்படுத்தி, அவர்கள் டெல்லியில் உயர்பீடங்களிலிருந்தும், செல்வாக்குகளிலிருந்தும் அப்புறப்படுத்தப்பட்டிருப்பதால் ஊளையிடும் நரிகள் என வண்ணம் பூசுகிறார்கள். இது உண்மையல்ல. உண்மையாகவே ஏற்றுக்கொண்டாலும், தே.ஜ.கூ. ஆட்சியில் தைரியமும், பதவியும் பெற்றவர்களின் சுதந்திரச் சிந்தனைப்படை, மெய்யாகவும், மிகவிரைவாகவும் இதே கதிக்கு உள்ளாகப்படுவார்கள்.

இவற்றினாலெல்லாம் உண்மையில் பாதிப்புக்குள்ளாகியிருப்பவர்கள் பிரதமரின் ஊடக நிர்வாகிகளும், பத்திரிகைகளிலுள்ள அவர்களது ஒலிபெருக்கிகளும்தான். அவர்கள் நேரடியாகச் சிலகேள்விகளுக்குப் பதில்கூறச் சிரமப்படுகிறார்கள். "நமது பிரதமர் உறுதியான தலைவரா? அல்லது பலவீனமான தலைவரா? அவர் சுயகட்டுப்பாட்டில்தான் இருக்கிறாரா? அல்லது கட்டுப்பாட்டில் இல்லையா? அவர் வளர்ச்சிக்காக இருக்கிறாரா? அல்லது வளர்ச்சியில் நீடிக்கமாட்டாரா?"

அவர் உறுதியான தலைவராக, கட்டுப்பாடு மிக்கவராக, வளர்ச்சிக்காக இருப்பவர் என்றால் அவர் தனது வளர்ச்சித் திட்டங்களைத் தங்களது பிளவிவாதத் திட்டங்களால் சீர்குலைக்கும் சங்பரிவாரங்களுக்கு எதிராக ஒரு வெளிப்படையான பொதுநிலையை எடுக்கமுடியும். ஆனால், இதுநாள் வரைக்கும் இருந்தது போன்றவர் என்றால், அவர்களுக்கு எதிராக வாய்திறக்க மாட்டார். அப்படியானால் அவர் ஒரு பலவீனமான தலைவர். அவர் தனது கட்டுப்பாட்டில் உள்ளவரோ அல்லது வளர்ச்சிக்கானவரோ அல்ல. அப்படியானால், அவர் எந்த வகையானவர்? அரிஸ்டாடில் நீண்ட காலத்துக்குமுன் சுட்டிக்காட்டியதுபோல ஒரேநேரத்தில் ஒருவர் "ஏ" ஆகவும், அதே நேரத்தில் "ஏ அல்லாதவராக"வும் இருக்கமுடியாது. பிரதமரின் "சுழல்" மருத்துவர்களுக்கு மிகக் கடுமையான காலம் முன்னே நிற்கிறது.

- The Hindu *19.11.2015*

மோடியின் (மர்ம)யோகி
நரேந்திரமோடியும் பாபா ராம்தேவும்

ராய்ட்டர் நிறுவனத்தின் புலனாய்வுக்குறிப்புகள்

ராஹுல் பாடியா டாம் லாசெட்டர் ஆகியோரால் 22 மே 2017இல் தாக்கல் செய்யப்பட்ட அறிக்கை:

மோடியும் அவரது வலதுசாரி இந்துப் பிரிவும் எழுச்சி பெற்றபோதே அவருடன் புகழ்பெற்ற யோகா தொழிலதிபரும்கூட எழுச்சி பெற்றார்.

யோகா குரு ராம்தேவ் 2014 இல் நரேந்திர மோடி பிரதமராக அதிகாரத்துக்கு வர உதவுமாறு தனது ஆதரவாளர்களைத் தேர்தல் பிரச்சாரத்துக்காக வீதிகளுக்கு அனுப்பினார். அப்போது முதலே அவரது நுகர்பொருள் தயாரிப்பு சாம்ராஜ்யத்தின் விற்பனை வர்த்தகமும் பெருகியது.

நரேந்திர மோடி, தன்னருகே கால்களை மடித்து வெறும் காலோடு நீண்டு தளர்ந்து தொங்கிய காவி உடை அணிந்த, நீண்ட தாடியோடு அமர்ந்திருந்த ஒருவரின் காதோடு காதாக மெதுவாகப்பேச அவர் பக்கம் சாய்ந்தார். இது புதுடெல்லியில் 2014 மார்ச் 23 அன்று பிற்பகலில், இந்தியாவின் தேர்தல்கள் நடப்பதற்கு 15 நாட்களுக்கு முன் நடந்தது.

சில நிமிடங்களுக்குப் பிறகு, அந்த யோகா குருவான புகழ்பெற்ற பாபா ராம்தேவ் தன்முன் திரண்டிருந்த மக்களிடம் ஒலிபெருக்கியில் மோடிக்காக வாக்குகள் சேகரிக்குமாறு வலியுறுத்தினார். "நீங்கள் மற்ற மக்களையும் இதைப் புரிந்து கொள்ளுமாறு செய்யவேண்டும். செய்வீர்களா?" "நீங்கள் வீடுகளில் உட்கார்ந்திருக்க மாட்டீர்கள். உட்கார்ந்திருப்பீர்களா?" அந்தக் கூட்டத்திலிருந்தவர்கள் திருப்பி முழங்கினார்கள். "இல்லை."

நரேந்திரமோடி பல்லெல்லாம் தெரிய சிரித்தார். ராம்தேவும் சிரித்தார். இந்த அரசியல்வாதியும், பலகோடி டாலர்கள் நுகர்பொருள் விற்பனை நிறுவனத்தை நிறுவிய பாபா ராம்தேவுமாக இருவரும் இந்த உலகத்தில் மிகவேகமாக வளர்ந்துவரும் மிகப்பெரிய பொருளாதாரத்தின் தலைவிதியை நிர்ணயிக்க விரும்பும் அமைப்பின் உயர்மட்டத் தலைவரைச் சந்திக்கச்சென்றார்கள். நீண்டகாலம் ஆட்சியில் இருந்த காங்கிரசை வீழ்த்தி பா.ஜ.க. ஆட்சி அதிகாரத்தைக் கைப்பற்றிய இரண்டு மாதங்களுக்குப் பிறகு ஒரு பேரணி நடைபெற்றது.

மோடி தனது பிரச்சாரத்தில் ஒரு பகுதியாக 'பொருளாதாரத்தைச் சீரமைப்பது', 'ஊழலை வேரறுப்பது' என அளித்த வாக்குறுதிகள் அவரை வெற்றியை நோக்கி முன்னேறவைத்தது. வணிகத்துக்கு ஆதரவான அவரது பேச்சும், மொழியும் பரந்த அளவில் அவருக்குப் பாராட்டுகளைப் பெற்றுத்தந்தது. ஆனால், அது 'இந்தியா இந்துக்களால், இந்துக்களுக்காக ஆளப்படவேண்டும்' என்ற அவரது 'இந்து தேசியம்' என்ற செய்தியையும் பறைசாற்றியது. இது அவரை வெற்றியை நோக்கி உந்திச்செல்ல வைத்தது.

மோடியும், ராம்தேவும் இந்து வலதுசாரிகளின் தயாரிப்பே என்பதும், இருவரும் ஒருவருக்கொருவர் தங்கள் தங்கள் வெற்றிக்கு உறுதுணையாக இருந்தார்கள் என்பதும் தேர்தலுக்கு முன்பு எந்தவகையிலும் வெளிப்படவில்லை. யோகா குரு மிகவிரைவில் திடீரென அங்கீகரிக்கப்பட்ட இந்தியாவின் பிரபலங்களில் ஒருவரானார்.

அவரது நிறுவனத்தின் மரபுசார்ந்த உணவுகளும், உடல் ஆரோக்கியத்துக்கான துணைப் பொருள்களும் இந்த நாட்டில் மிகவிரைவான வளர்ச்சிபெற்ற வகைகளின் அடையாளங்களாகின. அவர் தன்னை தாம் ஒரு தொலைக்காட்சியின் புகழ்பெற்ற யோகா குருவாக தன்னைப் பின்பற்றுபவர்களைக் கவர்ந்தார். தனது நுகர்பொருள் சாம்ராஜ்ஜியத்திலிருந்து அதற்கான வழிவகைகளை வளர்த்துக்கொண்டார். அதன்மூலம் வாக்காளர்களைத் திரட்டி, 2014 தேர்தல் பிரச்சாரத்தில் பா.ஜ.க.வோடு தன்னை ஒருங்கிணைத்துக்கொண்டார். அந்த ஒருங்கிணைப்பு மிகப்பெரிய அளவில் வெளிப்படையாகத் தெரிந்ததைவிட மிகவும் இறுக்கமானதாக இருந்தது.

இதற்குப் பிரதியுபகாரமாக பா.ஜ.க.வின் முக்கியப் பிரமுகர்கள், பண்டைய புகழில் பெருமைகொள்வது, அந்நியரின் செல்வாக்கின்மீது சந்தேகம் கொள்வது என்ற ராம்தேவின் இந்தியப் பார்வையை ஏற்றுக்கொண்டார்கள். 'இந்துவே முதன்மை' என்று நம்பவைக்கப்பட்ட

அறியாமையில் உள்ள சாதாரண மக்களிடம் இந்த இரட்டை ஏக்கத்தை ஏற்படுத்தி அவர்களது ஆதரவைப் பெறமுடியும் என்று நம்பினார்கள்.

ராய்ட்டர் நிறுவனம் மாநில அரசுகளின் ஆவணங்களைப் பரிசீலித்ததிலும், அரசு அதிகாரிகளையும் ரியல் எஸ்டேட் பிரதிநிதிகளுடன் நடத்திய நேர்காணலிலும், மோடி ஆட்சிக்கு வந்தது முதல் ராம்தேவின் நிறுவனம் பா.ஜ.க.வின் கட்டுப்பாட்டிலுள்ள மாநிலங்களில் நிலங்களைக் கையகப்படுத்தியபோது கட்டணம் ஏதுமின்றி 4 கோடியே 60 இலட்சம் டாலர்களைவிட அதிகம் சலுகை பெற்றது தெரியவந்தது. 'பதஞ்சலி' என்ற அந்த நிறுவனம் மற்ற நிலங்களையும் கட்டணமின்றியே இலவசமாகக் கைப்பற்றியது. புதிதாக உருவாக்கப்பட்ட அமைச்சகம் மற்றும் பா.ஜ.க. தலைவர்களிடமிருந்து சிலவகையான அதிகாரப்பூர்வ அங்கீகாரத்தையும் அந்த நிறுவனம் பெற்றது.

மோடியின் இந்தியாவில் இந்த நிறுவனம் உள்ளார்ந்த வேலைகளிலும், பணம் சம்பந்தப்பட்டவற்றிலும் ஒரு பங்குதாரராக இருந்தது. இதை, அவரால் தோற்கடிக்கப்பட்ட காங்கிரஸ் கட்சியின் 'மதச்சார்பற்ற உலகப்பார்வை' மேற்பரப்பிலிருந்து அகற்றப்பட்டது உறுதிப்படுத்துகிறது.

புதுடெல்லியில் நடைபெற்ற பேரணிக்கு மூன்று வாரங்களுக்குப் பின்பு, ராம்தேவின் கட்டுப்பாட்டிலுள்ள ஓர் அறக்கட்டளை மூத்த பா.ஜ.க. தலைவர்களின் கையொப்பமிடப்பட்ட ஒரு 'சம்பத் பத்ரா' அதாவது உறுதிமொழியை யூ டியூப்பில் வீடியோவாக வெளியிட்டது.

ராய்ட்டர் நிறுவனத்தால் பரிசீலனைக்குள்ளாக்கப்பட்டு ஆய்வுசெய்யப்பட்ட அந்த ஆவணத்தில் 9 உறுதிமொழிகள் இடம்பெற்றிருந்தன.அந்த உறுதிமொழியில் இந்துயிஸத்தில் புனிதமாகக் கருதப்பட்ட 'பசு பாதுகாப்பு', இந்திய மக்களின் வாழ்க்கைமுறையை இந்து தேசியவாதிகளின் வார்த்தைகளின்படி 'அதுதான் உண்மையான இந்தியன்' என சுதேசி மயமாக்குவது ஆகியவை இடம்பெற்றிருந்தன. அந்த உறுதிமொழி இந்த நம்பிக்கைகளை நீதிமன்றங்களுக்கும், அரசுகளுக்கும், கலாசார நிறுவனங்களுக்கும் கல்விக்கும் விரிவுபடுத்தப்படும் என்று கூறியது. அந்த வீடியோவில் தற்போதைய அயலுறவுத்துறை, நிதி, உள்நாட்டுப் பாதுகாப்பு மற்றும் போக்குவரத்து அமைச்சர்கள் உள்ளிட்ட 5 பேர் இடம்பெற்றிருந்தார்கள். அந்த உறுதிமொழிபற்றிக் கேட்டபோது எந்த ஒரு அமைச்சரும் பதிலளிக்க முன்வரவில்லை.

"புகழ்பெற்ற பா.ஜ.க. தலைவர்கள் இந்த உறுதிமொழியின்மீது

தங்கள் கையொப்பங்களை இட்டுள்ளார்கள். ஏனென்றால், பல இலட்சக்கணக்கானவர்களிடம் நான் ஏற்படுத்தியுள்ள நம்பிக்கை காரணமாக அரசாங்கத்தில் ஒருமாற்றத்தை மக்கள் காணவேண்டும் என்று நான் விரும்பினேன். நாங்கள் இந்த 9 இலட்சியங்களை உருவாக்கினோம்'' என்று ராம்தேவ் அந்த வீடியோவில் கூறினார்.

இதில் கையொப்பமிட்டவர்களில் ஒருவரும், பா.ஜ.க.வின் மூத்த தலைவரும், முன்னாள் துணைப் பிரதமருமான எல்.கே.அத்வானி முதலில் அந்த ஆவணம் பற்றித் தெரியாது என மறுத்தார். பின்னர் அவரே, அதற்கும் ராம்தேவுக்கும் எந்த சம்பந்தமும் இல்லை என்றார். "அது கட்சியின் செயல்திட்டம். அதில் எல்லா மூத்த தலைவர்களும் கையொப்பமிட்டுள்ளார்கள்'' என அத்வானியின் தனி உதவியாளர் தீபக் சோப்ரா கூறினார்.

அந்த ஆவணத்தை நன்கு அறிந்த பதஞ்சலி நிறுவனத்தின் அலுவலர்களில் ஒருவர் 'ராம்தேவின் ஆதரவைப் பெறவேண்டுமானால், பா.ஜ.க.வின் மூத்த தலைவர்கள் அந்த ஆவணத்தில் கையொப்பமிடவேண்டும்' என்ற ராம்தேவின் நிபந்தனையை ஏற்று அதில் கையொப்பமிட்டார்கள் என தெரிவித்தார்.

பா.ஜ.க. ஆட்சிக்கு வந்ததிலிருந்து ராம்தேவின் வியாபாரம் பல்கிப்பெருகியது. அவரது நுகர்பொருள் நிறுவனத்தின் வருமானம் செங்குத்தாக உயர்ந்தது. அந்த நிறுவனத்தின் நிதி அறிக்கையின்படி 15 கோடியே 60 இலட்சம் டாலரிலிருந்து 2013 மார்ச்சுடன் முடிவடைந்த நிதியாண்டில் 32 கோடியே 20 இலட்சம் டாலர்கள் என உயர்ந்தது. மே மாதத் துவக்கத்தில் ராம்தேவ், 'இந்த நிதியாண்டின் வருமானம் 100 கோடியே 60 இலட்சம் டாலர்கள் என எகிறியது' என்றார்.

பற்பசையிலிருந்து சுத்திகரிக்கப்பட்ட நெய், வெண்ணெய் வரையான வீட்டு உபயோகப்பொருள்கள் அந்த நிறுவனத்தின் தயாரிப்புகளாகும். அரிசி, பிஸ்கட், சட்னி ஆகியவை உள்ளிட்ட இதன் உணவு வகைகள் இந்த நாட்டின் குக்கிராமங்கள் முதல் பகட்டான நகரங்கள் வரை ஒவ்வொரு மூலையிலும் காணப்பட்டன. இந்தியப் பாதுகாப்புப்படை உணவகங்களிலும், நாட்டின் பாராளுமன்றத்திலும்கூடப் பரிமாறப்பட்டன.

பதஞ்சலி தயாரிப்புகளின் விளம்பரங்களில் அவை 'இந்தியாவின் பழையமரபுகளில் வேர்கொண்டுள்ள ஆயுர்வேதத் தயாரிப்புகள்' என்று பொருள்படும் வகையில் வாசகங்கள் அமைந்திருந்தன. இந்த விளம்பரங்கள் பதஞ்சலியின் தயாரிப்புகளுக்கான மோடியின் ஆதரவை வெளிப்படுத்தும் வகையில் அவரது பேச்சின் சில

அம்சங்களாக, நுகர்வோருக்கு நாட்டுப்பற்றை எடுத்துக்கூறி அவர்கள் அந்நிய நிறுவனங்களின் பொருள்களுக்குப் பணம் செலவிடுவதைத் தவிர்க்குமாறு அழைப்பு விடுத்தன.

“கிழக்கிந்தியக் கம்பெனி நமது நாட்டை 200 ஆண்டுகள் சுரண்டிச் சூறையாடியது போல” என்பது அந்த விளம்பரங்களில் ஒன்று. பிரிட்டிஷ் நிறுவனம் 18,19 ஆம் நூற்றாண்டுகளில் இந்தியாவைச் சுரண்டி அதைக் காலனி ஆக்கியது என்று குறிப்பிட்டு, அதுபோல “பன்னாட்டு நிறுவனங்கள் நமது நாட்டின் சந்தையைக் கைப்பற்றி ஆபத்தான இரசாயன நச்சுப்பொருள்களை விற்பதன்மூலம் நம்மைச் சுரண்டுகின்றன. ஜாக்கிரதை” என்று ஒரு விளம்பரம் எச்சரித்தது!

ராம்தேவ் உடனடியாக மோடி பற்றிய தகவல்களைப் பரவவிட்டார். ஆனால், பிரதமர் மோடியுடனான அவரது உறவுபற்றிய விளக்கங்களைத் தரத் தயங்கினார். “மோடி-ஜி ஒரு நெருங்கிய நண்பர்” என மரியாதையைக் குறிக்கும் “ஜி” என்ற அடைமொழியை இணைத்து, இமயமலையின் அடிவாரத்திலுள்ள தனது சொந்த ஊரான ஹரித்துவாரில் கடந்த ஆண்டு ஒரு பேட்டியில் கூறினார். ஹரித்துவாரில் உள்ள அவரது வீட்டின் உயரமான சுற்றுச்சுவர்களுக்குமேல் ஓங்கி நெடுநெடுவென வளர்ந்துள்ள மரங்கள் இருந்தன. கறுப்புநிற ஆடை அணிந்து துப்பாக்கி ஏந்திய பாதுகாவலர்கள் இருந்தார்கள்.

ராம்தேவ் இவ்வாறு கூறியது பற்றிய கேள்விகளுக்கு மோடியோ, அவரது அலுவலகமோ எந்தவிதமான பதிலும் தரவில்லை.

2014இல் மோடியின் வெற்றியில் தனது பங்கு பற்றி ராம்தேவ் கூறினார். “ஒருவர் தன்னைத்தானே புகழ்ந்துகொள்வது சரியான வடிவம் அல்ல.” அவர் மேலும் கூறினார்: “நான் அதிகமாக எதையும் கூறப்போவதில்லை. மிகப்பெரிய அரசியல் மாற்றத்துக்கான தளத்தை நான் உருவாக்கினேன். அது நடந்தது.”

2014இல் மோடி பிரதமராகப் பொறுப்பேற்றதிலிருந்து பதஞ்சலி நிறுவனம் பெருமளவுக்கு 2000 ஏக்கர் நிலங்களை தொழிற்சாலைகள் கட்டவும், ஆராய்ச்சி வசதிகளை ஏற்படுத்தவும், தனது நிறுவனத்தின் தயாரிப்புகளுக்கான மூலிகைகளைத் தனக்கு வழங்கும் சங்கிலித்தொடர்புகளை ஏற்படுத்தவும் வாங்கியது. இந்தத்தகவல் அரசின் நில ஆவணங்கள் மற்றும் அதிகாரிகளின் பேட்டிகள் மூலம் தெரியவந்தது. முந்தைய காங்கிரஸ் தலைமையிலான ஆட்சியில் ராம்தேவின் பதஞ்சலி நிறுவனம் தன்னிடமிருந்த கணிசமான நிலங்களையும் விற்றுக்கொண்டிருந்தது. இந்த நிறுவனம் தற்போது

வாங்கியுள்ள 100 ஏக்கர்களுக்கும் மேற்பட்ட நான்கு பரிவர்த்தனைகளில் இரண்டு மோடியின் பா.ஜ.க.வின் கட்டுப்பாட்டிலுள்ள மாநிலங்களில் நடந்தது. மூன்றாவது பரிவர்த்தனை பா.ஜ.க.வுடன் கூட்டணி சேர்ந்துள்ள கட்சி ஆளும் மாநிலத்தில் நடந்துள்ளது.

பா.ஜ.க. ஆளும் மாநிலங்களில் பதஞ்சலி நிறுவனம் நிலத்தின் சந்தை விலையில் 77% சலுகை பெற்றுள்ளது. இந்தத் தகவல் அரசுகளின் நில ஆவணங்கள், அதிகாரிகளின் பேட்டிகள் மற்றும் ரியல் எஸ்டேட் முகவர்கள் அளித்தவற்றிலிருந்து தொகுக்கப்பட்டதாகும். இந்த நிலங்களை வாங்கும்போது பதஞ்சலி நிறுவனம் ‘இந்தியாவில் ஆண்டுதோறும் பல இலட்சக்கணக்கானவர்கள் வேலைக்குச் செல்லும் வயதை அடைந்து வருகிறார்கள். தற்போது இந்தியாவின் முக்கியத் தேவைகளாக உள்ள வேலைவாய்ப்பை புதிய தொழிற்சாலைகளைக் கட்டுவதன்மூலம் உருவாக்குவோம்” என உறுதியளித்திருந்தது.

இந்தியாவில் நிலஉரிமை மாற்றங்கள் அங்கொன்றும் இங்கொன்றுமாக - குறிப்பாக இந்தவகைச் செயல்பாடுகள் -சில ஏக்கர்கள் அளவிலேயே மறைமுகமாக நடைபெற்று வருகின்றன என அதிகாரப்பூர்வ அறிக்கைகள் தெரிவிக்கின்றன. ஆனால், ஒரு சில வெளிப்படையாகவும் நடந்துள்ளன. எடுத்துக்காட்டாக, பதஞ்சலி நிறுவனம் 40 ஏக்கர் நிலத்தை அதற்குரிய ரூ.1 கோடியில் 80% சலுகை விலையில் கடந்த ஆண்டில் பா.ஜ.க.ஆளும் மத்தியப்பிரதேசத்தில் பெற்றுள்ளது. இந்தத்தகவல் அரசு அதிகாரிகளின் பேட்டிகள் மற்றும் ரியல் எஸ்டேட் தரகர்களின் பேட்டிகளில் வெளியானது.

பிரதமர் அலுவலகமோ அல்லது ராம்தேவ் உள்ளிட்ட பதஞ்சலி நிர்வாகமோ இது சம்பந்தமாக எழுத்து மூலம் எழுப்பப்பட்ட கேள்விகளுக்கு எந்தப் பதிலும் அளிக்கவில்லை.

கடந்த நவம்பரில் மத்திய இந்திய நகரமான நாக்பூரில் ‘பதஞ்சலி உணவுத் தயாரிப்பு நிறுவன’த்துக்கான அடிக்கல் நாட்டுவிழாவில் நிதின் கட்காரி நேரில் கலந்துகொண்டார். கட்காரி, ராம்தேவ் வெளியிட்ட வீடியோவில் உறுதிமொழிகளில் கையொப்பமிட்டவர்களில் ஒருவர். அடிக்கல் நாட்டும் நிழ்ச்சியின் வீடியோ பதிவு பதஞ்சலியின் நிர்வாக இயக்குநரான ஆச்சாரிய பாலகிருஷ்ணா, நிதின் கட்காரியின் பக்கம் திரும்பி “இந்த இடத்துக்கு வரும்வகையில் எங்களுக்கு ஒரு ரோடு வேண்டும்” என்று கேட்டதைக் காட்டியது.

வெண்ணிற சோஃபாவில் அமர்ந்திருந்த அமைச்சர் நிதின் கட்காரி சிரித்தார். “நீங்கள் பேசிக்கொண்டிருக்கும் ரோடு பற்றி நான்

ஏற்கனவே முடிவு செய்துவிட்டேன். நீங்கள் உங்கள் வேலையைத் தொடங்குங்கள். நாங்கள் ஒப்பந்தப்புள்ளிகளை வெளியிடுவோம்" என்றார்.

பதஞ்சலி நிலச்சொத்தின் வளர்ச்சி

நரேந்திர மோடி ஆட்சிக்கு வந்த 2014 முதல் பாஜக. ஆளும் மாநிலங்களில் பெற்ற நிலங்கள்:

இடம்	அளித்த நிலம்	கொடுத்த நாள்	ஆளும் கட்சி	சலுகை
உணவுப் பூங்காக்கள் பாலிபாரா - அஸ்ஸாம்	148 ஏக்கர்	நவ 2016	பா.ஜ.க.	30ஆண்டு குத்தகை
சிராஜ் - அஸ்ஸாம்	1200 ஏக்கர்	அக்-டிச 2016	பா.ஜ.க.	100%
நாக்பூர் - மகாராஷ்ட்ரா	234 ஏக்கர்	செப்-2016	பா.ஜ.க.	78%
செக்டார் 24ஏ கிரேட்டர் நொய்டா	300 ஏக்கர்	நவ-2016	பாஜக ஆதரவு	28%
உலக மூலிகைப் பூங்கா பஞ்சகுலா-ஹரியாணா	52,000 ஏக்கர்	ஜன-2017	பா.ஜ.க.	இலவசம்

நிதின் கட்காரிக்கும் மாநில முதல்வர் தேவேந்திர பட்ணாவிஸுக்கும் நடுவில் அமர்ந்திருந்த ராம்தேவ் சிரித்துக்கொண்டே கைதட்டி வரவேற்றார்.

கட்காரி இது தொடர்பான எந்தக் கேள்விகளுக்கும் பதிலளிக்கவில்லை.

"சிறப்புப் பொருளாதார மண்டலத்துக்கு வெளியே உள்ள நிலம் மிகவும் குறைந்த அடிமாட்டு விலையில் பதஞ்சலி நிறுவனத்துக்குக் கொடுக்கப்பட்டது. ஏனென்றால், அது வளர்ச்சிபெறாமல் இருந்தது. அந்த இடத்துக்குச் செல்வதற்கான சாலைவசதியும் இல்லை" என்று ஒரு எதிர்க்கட்சி உறுப்பினர் எழுப்பிய கேள்விக்கு முதல்வர் பட்ணாவிஸ் எழுத்து மூலம் பதிலளித்தார்.

அந்த இடத்தை ஒருமுறை பார்வையிட்டபோது, அந்த இடத்தின்

சிறிய சுவருக்கு அடுத்த பக்கத்தில் ஒரு காவல் நிலையமும், ஒரு தீயணைப்பு நிலையமும் இருந்ததையும், சாலைக்கு அடுத்தபக்கம் ஒரு நகராட்சி பூங்கா இருந்ததையும் காணமுடிந்தது. போடப்பட்டுவரும் ஒரு சாலையின் பின்புறம் இருந்த இடம் பதஞ்சலி நிறுவனத்தைச் சார்ந்தது. அந்தப்பகுதியை மேற்பார்வையிட்டு வரும் அரசு வளர்ச்சித்துறையின் பிரதிநிதி கூறினார்: "இந்த ஒப்பந்தம் பொருள்களை உள்ளூரிலிருந்து வாங்குவது, புதிய ஆற்றல்களில் 2,000 விவசாயிகளுக்குப் பயிற்சி அளிப்பது, அருகிலுள்ள கிராமங்களிலிருந்து 5,000 பேருக்கு வேலைதருவது என்ற கடமைப்பொறுப்பை உள்ளடக்கியிருந்தது" என்று தெரிவித்தார். தீபக் ஜோஷி என்ற அந்த அலுவலர், "பதஞ்சலி ஒரு இந்திய நிறுவனம். ஒரு ஆயுர்வேத நிறுவனம். எனவே பல மாநில அரசுகள் இலவசமாக நிலங்களை அளிக்கின்றன" என்றார்.

மிகப்பெரிய பரிவர்த்தனையாக 2014 அக்டோபர்- நவம்பரில் கிழக்கு மாநிலமான அஸ்ஸாமில் வளர்ச்சிபெறாத 1,200 ஏக்கர் நிலங்கள் பதஞ்சலி நிறுவனத்துக்கு மாற்றப்பட்டன. இந்த நிலமாற்றங்கள் போடோலேண்ட் எல்லைப்பகுதிக் குழு என்ற அந்தப்பகுதியைக் கவனித்துக்கொள்ளும் ஒரு தன்னாட்சி அமைப்பால் நடத்தப்பட்டது. அந்த அமைப்பு போடோ மக்கள் முன்னணியின் (BDF) கட்டுப்பாட்டில் உள்ளது. BDF அந்த மாநிலத்தில் காங்கிரஸ் தலைமையிலான கூட்டணியிலிருந்து 2014இல் வெளியேறியது. 2016 ஜனவரியில் பா.ஜ.க.வுடன் கூட்டணி அமைத்துக்கொண்டது. அந்தக் குழுவின் துணைத்தலைவரும் BDF இன் பிரமுகருமான கம்பா போர்கோயரி 'துவக்கத்திலிருந்தே அது பா.ஜ.க.வை ஆதரிக்கும் என்பது தெரியும்' என்று கூறினார்.

ராய்ட்டர் நிறுவனத்தால் பெறப்பட்ட அந்த மாநிலத்தின் சட்டத்துறை ஆவணங்களின்படி இந்த 1,200 ஏக்கர் நிலங்களும் 'விலையில்லாமல் இலவசமாக ஒதுக்கீடு செய்யப்பட்டவை' ஆகும். பதஞ்சலி நிர்வாக இயக்குநர்கள் பாலகிருஷ்ணா, ராம்தேவ் ஆகியோர் கட்டுப்பாட்டில் உள்ள "பதஞ்சலி யோகா பீடம்" என்ற அறக்கட்டளைக்கு பசுக்களின் கன்றுகளின் பாதுகாப்பு மற்றும் வளர்ச்சி என்ற நிபந்தனையின் பேரில் அந்த நிலங்கள் இலவசமாக அளிக்கப்பட்டன. இந்த ஏற்பாடு பதஞ்சலி நிறுவனத்தை இயற்கைத் தயாரிப்புகளை விரிவுபடுத்த, மருத்துவ மூலிகைகளைப் பெருமளவுக்குத் திரட்டிக்கொள்ள அனுமதித்தது. இந்த உடன்பாடு பதஞ்சலி நிறுவனம் அந்த நிலங்களைப் பாதுகாக்கும் என்ற தன்னாட்சிக் குழுவின் நம்பிக்கையைப் பிரதிபலிப்பதாக இருந்தது என்றார் போர்கோயரி.

இந்தவகையான நிலம் சம்பந்தப்பட்ட பரிவர்த்தனைகளில் அந்த இடத்துக்கான மதிப்பைக் குறிப்பிடுவது வழக்கத்தில் இல்லாதது.

உத்தரப்பிரதேசத்தில் ராம்தேவின் நிறுவனம் கையகப்படுத்திய இணைந்த நிலம் பா.ஜ.க.வாலோ அல்லது ஆளும்கட்சிக்கு ஆதரவான நிர்வாகத்தாலோ கண்காணிக்கப்படவில்லை. 300 ஏக்கர் நிலம் சந்தை விலையைவிட 25% குறைவாக 2016 நவம்பரில் வாங்கப்பட்டது. இவ்வாறு சலுகை அளிப்பது வழக்கமான நடைமுறைதான் என்கிறார் அந்தத் தொழிற்பகுதியின் முதன்மைச் செயல் அலுவலர்!

பதஞ்சலி நிறுவனமும், அதற்குச் சற்று குறைவான அளவில் மற்ற இந்திய நிறுவனங்களும் உள்ளூர் வழக்குமொழியில் கூறப்படும் ‘கடவுள் மனிதர்’ மற்றும் ஆன்மீகத் தலைவர்களோடும் தொடர்புகொண்டு மோடி அரசின்கீழ் ஆதரவையும், வரிவெட்டுகளையும் பெற்றன. இதனால் எழுச்சிபெற்ற அந்த நிறுவனங்களின் செல்வங்கள் அவற்றின் வெளிநாட்டு எதிராளிகளுக்கு அழுத்தம் கொடுப்பதுபோல் தோன்றின.

யுனிலீவர் நிறுவனத்தின் முதலீட்டு உறவுகளின் தலைவர் ஆண்ட்ரூ ஸ்டீவன்சன், தமது சொந்த நிறுவனத்தின் மூன்றாம் காலாண்டு நிதி அறிக்கையை அளித்தபோது இந்தியாவில் தனது சொந்தச் சந்தையில் பதஞ்சலி உள்ளிட்டவற்றிடமிருந்து வந்த தீவிரமான உள்ளூர் போட்டிகள்பற்றி வெளிப்படையாகப் பேசினார். இந்துஸ்தான் லீவரின் முதன்மை நிதி அலுவலர் பி.பி.பாலாஜி இந்த மாதத்தில் அந்த நிறுவனம் ஏற்கனவே உள்ள தமது நிறுவனம் மூலம் இயற்கைத் தயாரிப்புகளை அறிமுகம் செய்யும் எனக்கூறினார்.

இந்த ஆண்டின் துவக்கத்தில் இன்னொரு துறையில் உலகின் மாபெரும் விதைகள் விற்பனை நிறுவனமான மான்சாண்டோவுக்கு எதிரான பிரச்சார இயக்கத்தில் பா.ஜ.க.வின் தத்துவார்த்த அமைப்பு (ஆர்.எஸ்.எஸ்.) முக்கியக்கருவியாக இருந்தது. அது இந்திய நிறுவனங்களுக்கு ஆதரவாக இருந்தது. இந்த நிகழ்ச்சிகள் பற்றிய ராய்ட்டர் நிறுவனத்தின் கேள்விகளுக்குப் பதிலளித்த மான்சாண்டோ நிறுவனம் ஓர் அறிக்கையை வெளியிட்டது. அதில், ‘இருதரப்புப் பிரச்சனைகளுக்குத் தீர்வுகாண பிரச்சனைக்குரிய இந்த நிறுவனங்கள் கொள்கை முடிவுகளில் தலையிட்டது துரதிர்ஷ்டவசமானது’ என்று குறிப்பிட்டது.

மோடி ஆட்சிக்குவந்த அரையாண்டுக்குள் அவரது நிர்வாகம் இந்திய மருந்துகள் பற்றித் தெளிவில்லாமலிருந்த ஓர் அரசுத்துறையை மரபுரீதியான இந்திய மருந்துகளின் துறையாக மாற்றியமைத்து அதை மற்ற விஷயங்களோடு மருந்துச்சந்தையில் தலைமையிடத்தில்

உள்ள பதஞ்சலி நிறுவனத்தின் யோகா பயிற்சியையும், ஆயுர்வேதத் தாயாரிப்புகளையும் பிரபலமாக்கும் பணியில் அர்ப்பணிக்கச் செய்தது.

அந்த அமைச்சகம் இப்போது பதஞ்சலி நிறுவனத்தின் பல்வேறு தயாரிப்புகளையும் ஒழுங்கமைக்கிறது. அது ராம்தேவுடனும், அவரது அமைப்புடனும் பெரும்திரள் யோகா பயிற்சிநேரத்தில் அதன் தயாரிப்புகளை முன்கொண்டு செல்லுதல் மற்றும் ஆன்லைன் பயிற்சி அளித்தல் பணிகளில் வீட்டுவசதி மற்றும் நகர்ப்புற வளர்ச்சி அமைச்சருடன் புதுடெல்லியின் மத்தியப்பகுதிகளில் ஈடுபட்டு வருகிறது.

நிதி அமைச்சகம் யோகாவை, 'ஓர் அறச்சிந்தனை கொண்ட நோக்கம்' என்று விளக்கமளித்ததோடு அதன் மீதான வரிச்சுமையையும் குறைத்தது. இவ்வாறு வரியைக் குறைத்தது ஆளும்கட்சி தனது மனக்கண்ணில் காணும் ஒருவகையான 'இந்து தேசம்' என்ற கருத்தாக்கத்துக்கு ஆதரவளிக்கும் பதஞ்சலி குழுமங்களுக்குப் பெரிதும் பயன்தருவதாக அமைந்தது. நிதியமைச்சகம் அருண் ஜெட்லியின் தலைமையில் உள்ளது. இவர் 2014 தேர்தலுக்குமுன் உறுதிமொழியில் கையொப்பமிட்டவர்களில் ஒருவர். அருண் ஜெட்லியோ, ராம்தேவ் மற்றும் பதஞ்சலி நிர்வாகிகளோ இந்தக்கொள்கை பற்றிய கேள்விகளுக்கு எந்தப்பதிலும் தரவில்லை.

மோடியின் அரசு தனது அரசியல் முன்னோடிகளின் மதச்சார்பற்ற விருப்புரிமையைப் பின்னுக்குத் தள்ளுகிறது. இதைக் கட்சியின் மற்ற தலைவர்கள் 80% இந்துக்களும் 14% முஸ்லீம்களும் உள்ள தேசத்தில் 'கலாசாரப் புரட்சி' என்று குறிப்பிட்டார்கள்.

மாநிலத் தேர்தல்களில் உறுதியான வெற்றிகளைப் பெற்றுவரும்போது கட்சியையும், அதன் தத்துவத்தையும் பின்பற்றுபவர்கள் தங்களது 'இந்து தேசியம்' பற்றிய திட்டத்தைத் தொடர்ந்து வெளிப்படுத்தி வருகிறார்கள். களத்தில் இதற்கான இயக்கம் முஸ்லீம்களையும் பிற சிறுபான்மையினரையும் இந்துக் கும்பல்கள் அடிப்பது, கொல்வது போன்ற எண்ணற்ற நிகழ்ச்சிகளாக நடந்துவருகின்றன.

பசு பாதுகாவலர்கள் என அழைக்கப்படுபவர்களுக்கு எதிராகக்கூட மோடி பேசினார்.

மோடியும், ராம்தேவும் பலவற்றில் ஒத்த பொதுத்தன்மை கொண்டவர்கள். ரயில் நிலையத்தில் டீ விற்றுக்கொண்டிருந்தவரின் மகனான மோடியைப் போலவே ராம்தேவும் மிக ஏழ்மையான

பின்புலத்தைக் கொண்டவர். ஒரு விவசாயியின் மகனான அவர் 1960களின் மத்தியில் வட இந்தியாவில் பிறந்தவர்.

கட்டுமானப்பிரிவில் உள்ள ஒரு வியாபாரியான ஜீவராஜ் பட்டேல் தான் ராம்தேவை முதன்முதலாக 1992இல் சந்தித்ததாக் கூறினார். அப்போது 'சுவாமி' சிறிய யோகா முகாம்களை நடத்துவதோடு மருத்துவ மூலிகைகளைக் கலக்கியும் வந்தார். அவர் ஹரித்துவாரில் உள்ள ஓர் ஆன்மீக மறைவிடத்தில் ஓர் ஆசிரமத்தில் வாழ்ந்துவந்தார்.

பதஞ்சலியின் நிர்வாக இயக்குநர் பாலகிருஷ்ணா, தாமும் ராம்தேவும் தங்கள் முதல் வியாபார முயற்சியை 1995இல் துவக்கியதாகவும், அதன்பிறகு ஆயுர்வேத மருந்துகளையும் அதன் சேர்மானங்களையும் எவ்வாறு செய்வது என்று கற்றுக்கொண்டதாகவும் கூறினார். அவர்கள் இருவரும் சேர்ந்து ரூ.3,500/ வைத்திருந்ததாகவும், ரூ.10,000/ஐ கடனாகப் பெற்றதாகவும் தெரிவித்தார்.

அவர்கள் இருவரும் நெருப்பைப் பற்றவைத்து மரபுசார்ந்த பழக்கூழ் (ஜாம்) தயாரிக்க சேர்மானங்களைக் கலந்தார்கள். அதன்பிறகு அந்தக் கொப்பரைகளை தங்கள் வீடுகளுக்குக் கைவண்டியில் கொண்டுசெல்ல பணம் இல்லாத்தால் தங்கள் தலைகளில் சுமந்து சென்றார்கள் என பாலகிருஷ்ணா விவரித்தார்.

"ஆஸ்தா" என்ற ஆன்மீகத் தொலைக்காட்சி இல்லாமலிருந்திருந்தால் ராம்தேவ் ஓர் உள்ளூர்வாசியாக மட்டுமே இருந்திருப்பார். 2001இல் அந்தத் தொலைக்காட்சி நிறுவனம் புதுமுகங்களைக் கண்டுபிடிக்க தனது குழுவை அனுப்பியது என்றார் ஆஸ்தாவின் தலைமைச் செயல்பாட்டாளரான அஜீத் குப்தா. அவர்கள் ராம்தேவைக் கண்டார்கள்.

"அவரது மொழிநடை நேரடியானது. அவரது யோகா நிலைகளில் ஒன்றான வயிற்று ஆசனங்களால் மக்கள் ஈர்க்கப்பட்டார்கள் என்றார் குப்தா. ராம்தேவின் பல நிகழ்ச்சிகள் ஆஸ்தாவில் ஒளிபரப்பப்பட்டன. பார்வையாளர்களிடமிருந்து அவரைக் காண வேண்டுகோள்கள் வந்தன என அப்போது விற்பனை மேலாளராக இருந்த வேத்சர்மா கூறினார். ராம்தேவ் ஒரு நட்சத்திரமாக வளர்ந்துவந்தார்.

பதஞ்சலியின் பிரித்தறிய முடியாத நிறுவன அமைப்புகள்

பதஞ்சலி குழுமத்தின் நிர்வாக இயக்குநரும், ராம்தேவின் சகோதரருமான ராம்பரத் 29 நிறுவனங்களின் இயக்குநராக இருந்தார்.

அந்த நிறுவனங்கள் ஒன்றுக்கொன்று கடன் அளித்தும், ஒன்றுக்கொன்று விற்பனை செய்தும் வந்தன.

ராம் பரத்	ஆச்சார்ய பாலகிருஷ்ணா
பாபா ராம்தேவின் சகோதரர்	18 நிறுவனங்களின் இயக்குநர்
29 நிறுவனங்களின் இயக்குநர்	பதஞ்சலி ஆயுர்வேத்.லிட்.-இன் நிர்வாக இயக்குநர்.
2014 மற்றும் 2015இல் வருமானம் 50%க்கு மேல் அதிகரித்ததால் இந்த நிறுவனம் 60% லாபப்பங்கீடு அளித்து பங்குதாரர்களை விலக்கியது.	கங்கோத்ரி ஆயுர்வேத் லிட்., மாற்று மருத்துவம் + வாசனைத்திரவிய உற்பத்தியாளர். இந்த நிறுவனத்தின் அறிக்கை பதஞ்சலி நிறுவனத்தின் வரவு செலவுகளை விவரிக்கிறது.
மகாராஷ்டிர அரசால் 75% சலுகை அளிக்கப்பட்ட இடத்தில் கட்டப்பட்ட உணவுத் தயாரிப்புக் கூடம்.	பதஞ்சலி உணவு & மூலிகைப்பூங்கா -நொய்டா. பதஞ்சலி உணவுப்பூங்கா நிலம் உத்தரப்பிரதேச அரசால் பா.ஜ.க. ஆளும் மாநிலங்களைவிட 25% குறைவாக அளிக்கப்பட்டது.

இன்று ராம்தேவ் அவராலும், பாலகிருஷ்ணாவாலும் தோற்றுவிக்கப்பட்ட நிறுவனத்தின் பொதுமுகமாக இந்தியா முழுவதும் காணப்படுகிறார். பதஞ்சலியின் மிகப்பெரிய விநியோகஸ்தரான ஆதித்ய பிட்டியா ராம்தேவை 'சூப்பர் முதலாளி' என்று அழைக்கிறார். என்றாலும், அந்தக் கூட்டுநிறுவனத்தின் நிதி வரவுசெலவுத் தாக்கல் அறிக்கைகளில் ராம்தேவின் பெயர் இல்லை. அந்த நிறுவனத்தால் வெளியிடப்பட்ட ஆவணத்தின் 2011 வலைப்பக்கத்தில் அவர் பெயர் குறிப்பிடப்பட்டுள்ளது. 1999 முதல் அந்த நிறுவனத்தின் அறக்கட்டளை ஒன்றின் தலைவர் என்ற முறையில் ராம்தேவ் கையொப்பமிட்டு வந்துள்ளார். மூன்று ஆண்டுகளுக்கு முன் அதே அறக்கட்டளையின் வரவு-செலவு அறிக்கையில் அவரது கையொப்பம் காணப்பட்டது. ராம்தேவ் தனது சார்பில் கையொப்பமிடும் அதிகாரத்தை பாலகிருஷ்ணாவுக்கு அளித்துள்ளதாக ராய்ட்டர் நிறுவனத்திடம் தெரிவித்தார்.

அண்மையில் ஹரித்துவாரில் பாலகிருஷ்ணா தனது அலுவலகத்தில் ராம்தேவ் தியானத்தில் அமர்ந்துள்ள ஒரு பெரிய படம் தனக்குப் பின்புறம் இருக்குமாறு இருந்த சாய்வுமேஜையில் அமர்ந்திருந்தார். பாலகிருஷ்ணா, 'எங்களிடம் எந்தத் திட்டமும் இல்லை' என்றும்,

'எங்களிடம் சுவாமிஜி உள்ளார்' என்றும் ராம்தேவைக் குறிப்பிட்டுக் கூறினார். ஒரு நிறுவன அமைப்பின் தந்திரோபாயங்களை நிறைவேற்றும் நிர்வாகி என்ற பொருளில்.

பாலகிருஷ்ணா தனது கால்களில் இருந்த சாதாரண செருப்பைச் சுட்டிக்காட்டினார். அதன் விலை ரூ.400/ என்றார். அவரோ அல்லது ராம்தேவோ சம்பளம் எதுவும் பெறுவதில்லை என்றும் கூறினார். பாலகிருஷ்ணாவின் சொத்து மதிப்பு 250 இலட்சம் டாலர்கள் என்கிறது ஃபோர்ப்ஸ் நிறுவனம். இது அவரை 130கோடி மக்கள் உள்ள ஒரு நாட்டின் 48 ஆவது பணக்கார இந்தியராக ஆக்கியுள்ளது. ராம்தேவின் சொத்துகள்பற்றி வெளிப்படையாக எதுவும் தெரியவரவில்லை.

டஜன் கணக்கான பதஞ்சலி நிறுவனங்களின் நிதிக்கணக்குகளை ஆய்வுசெய்த ராய்ட்டர் நிறுவனம் மிகப்பெருமளவிலான இலாபப்பங்குகளை பாலகிருஷ்ணாவுக்கும் ராம்தேவின் சகோதரர் ராம்பரத்துக்கும் மற்ற பிற உரிமையாளர்களுக்கும் பணமாக அளிக்கப்பட்டது என்பதைக் கண்டுபிடித்தது. ஒரு நிறுவனத்தில் மட்டும் பாலகிருஷ்ணாவும், சிறுபான்மை பங்குதாரர்களும் 5 ஆண்டுகளில் 180 இலட்சம் டாலர்களைப் பெற்றார்கள். ராம்தேவின் சகோதரர் கட்டுப்பாட்டில் உள்ள இன்னொரு நிறுவனத்தில் ஓராண்டுக்கான இலாபப்பங்கீடுகள் இலாபத்தில் 60% என அறிவிக்கப்பட்டது. இந்த இலாபப்பங்கீடுகள் நிறுவனத்தின் அசல் முதலீட்டாளர்களுக்கு அவர்களது முதலீட்டைத் திருப்பித் தருவதற்காகப் பயன்படுத்தப் பட்டது என பாலகிருஷ்ணா ராய்ட்டர் நிறுவனத்திடம் கூறினார். "நான் அந்த நிறுவனத்திலிருந்து பணத்தை இலாபப்பங்கீடு என்ற வடிவத்தில் அசலைத் திருப்பித்தர எடுத்தேன். எனவே இன்று எங்கள் நிறுவனம் துப்புரவாக எங்களுக்கே சொந்தமாகவும், சுத்தமாகவும் உள்ளது" என்றார் அவர்!

இவ்வாறு இலாபப்பணம் அசலாகத் திருப்பி அளிக்கப்பட்டதைப் பற்றிய எழுத்து மூலமான கேள்விகளுக்கு ராம்தேவின் சகோதரரோ அல்லது அந்த நிறுவனத்தின் பிரதிநிதிகளோ பதிலளிக்கவில்லை! 2011இல் அப்போதைய ஆளும்கட்சிக்கு எதிரான ஊழல் எதிர்ப்புப் போராட்டத்தில் ராம்தேவ் இணைந்துகொண்டபோது அவர் அரசியலில் குதித்தார். 2013இல் அவர் இந்தியாவை வழி நடத்தும் மனிதர் என மோடியை ஆதரித்து தொடர்ச்சியான பொது அறிவிப்புகளை வெளியிட்டார். இதுதான் மோடிக்கு ஆதரவாக ராம்தேவால் நடத்தப்பட்ட பல்முனைப் பிரச்சாரத்தின் துவக்கமாக இருந்தது. இதுபற்றிய முழுவிவரங்கள் முன்பு தெரிவிக்கப்படவில்லை.

வரையறுக்கப்பட்ட தனியார் சமூகப்புரட்சி ஊடகம் மற்றும்

ஆய்வகம் (Social Revolution Media and Research Pvt.Ltd) என்ற ஒரு தகவல் தொடர்பு அமைப்பு பதஞ்சலியின் குடையின்கீழ் உள்ள இரண்டு இயக்குநர்களால் துவக்கப்பட்டது. அது பா.ஜ.க.வின் தகவல் தொழில்நுட்பப் பிரிவுடன் வாராந்திரக் கூட்டங்களை நடத்தியது. அதன் மூலம் டிவிட்டர் மற்றும் பிற சமூகத் தளங்களில் செய்திகளை ஒருங்கிணைத்தது என்று தகவல் தொடர்பு அமைப்பின் முதன்மைச் செயல் அலுவலர் சந்தாணு குப்தா விவரித்தார்.

அவர் ராம்தேவ் அமைப்பின் உறுப்பினர்கள் எவ்வாறு நூற்றுக்கணக்கான, ஆயிரக்கணக்கான தன்னார்வத் தொண்டர்களாக மோடிக்காக வாக்கு சேகரிக்க பல்வேறு இடங்களுக்கும் அனுப்பப்பட்டார்கள் என்பதையும் விளக்கினார்.

மும்பையில் பதஞ்சலி அறக்கட்டளையின் யோகா ஆசிரியரான நரேந்திர சாஸ்திரி, தான் அதிகாலை முதல் நள்ளிரவு வரை வீடுகளில் அழைப்புமணிகளை அடித்து மோடியை ஆதரிக்கும் பிரசுரங்களை விநியோகம் செய்ததை எடுத்துக்கூறினார்.

தேர்தல் முடிவுகள் அறிவிக்கப்பட்ட இரண்டு நாட்களுக்குப்பிறகு புதுடெல்லியில் ஒரு விளையாட்டு அரங்கில் நடைபெற்ற நிகழ்ச்சியில் இரண்டு மூத்த பா.ஜ.க. தலைவர்கள் ராம்தேவுக்கு நன்றி தெரிவிக்க கலந்துகொண்டார்கள். அவர்கள் இருவரும் ஏற்கனவே உறுதிமொழியில் கையொப்பமிட்டிருந்தது ராம்தேவின் வீடியோவில் காட்டப்பட்டது.

இந்த மே மாதத்தில் ஹரித்துவாரில் ஒரு வித்தியாசமான மேடையில் நடைபெற்ற பதஞ்சலி ஆராய்ச்சி நிறுவனத்தின் துவக்கவிழாவில் மோடி, ராம்தேவுக்கு மரியாதை தெரிவிக்கும் உணர்வில் தனது கைகளைத் தட்டினார். ராம்தேவ் இந்த உணர்வுகளைத் திருப்பிச் செலுத்தும்வகையில் தனது தலையை உயர்த்தி ஒரு பரந்த புன்முறுவலைச் செய்தார்.

வீட்டிலிருந்தே இந்த நிகழ்ச்சியை நேரலையில் பார்த்துக்கொண்டிருந்த பார்வையாளர்களிடம் மோடி, "பாபா ராம்தேவ் பாரதத்தின் ஆயுர்வேதத்தை- இந்தியாவின் பண்டைய மருத்துவத்தை உலகின்முன் எடுத்துச்செல்வார்" என்று பிரகடனம் செய்தார்.

மூலம்:

ராஹுல் பாட்டியா - டாம் லாசெட்டர்.
http://mail.google.com/mail/u/o/#inbox/15c48c98754d30c6

மோடியின் வீழ்ச்சி

-ஏ.ஜி. நூராணி

நரேந்திரமோடி ஒரு வலிமைமிக்க தலைவர் அல்ல. அவர் திறமையற்ற ஒருவர். அவரது தோல்விகள் அவரை நீர்க்குமிழிகளுக்குள் துரத்துகின்றன.

“அரசருக்கான மாபெரும் ராஜவிசுவாச உணர்வுகள், போற்றுதல்கள் என்ற மகத்தான செல்வத்துடன்தான் நான் அந்தப் பொறுப்பை ஏற்றுக்கொண்டேன். எனக்கு வருத்தம் தரும்வகையில் அந்த மகத்தான செல்வம் மேலும்மேலும் மதிப்பிழந்து வந்தது. நான் மூன்று அரசர்களை நிர்வாணக் கோலத்தில் பார்த்தேன். அந்தக்காட்சி எப்போதும் மகிழ்ச்சியளிப்பதாக இருந்ததில்லை” உணர்ச்சிவசப்பட்ட கெய்சர் வில்லியம் 2 என்ற ஜெர்மன் பேரரசரால் பதவி நீக்கம் செய்யப்பட்டபிறகு பிஸ்மார்க் தனது நண்பர் ஒருவரிடம் கூறிய வார்த்தைகள் இவை. “பேரரசர் தன்னை மகத்தான வலிமைமிக்கவராகக் காட்டிக்கொண்டார். அவர் மிகவிரைவில் பிஸ்மார்க்குடன் வீழ்ந்தார்” என ஜவஹர்லால் நேரு குறிப்பிட்டார். (‘உலக வரலாற்றுக் கணங்கள்’ நூல் - லிண்ட்ஸே ட்ரம்மன் -1949 பக்கம் 516)

ஆட்சிப்பொறுப்பேற்ற தனது பதவிக்காலத்தின் பாதிவழிக்குள்ளாகவே பிரதமர் நரேந்திரமோடி மிக அதிகமான அளவுக்கு அதிருப்தியைச் சந்தித்துவருகிறார். அவரிடமுள்ள குறைபாடுகளை முன்பு ஒதுக்கித்தள்ளிய மக்களுக்கு, அவரது பணமதிப்பு நீக்க நடவடிக்கை ஒன்றுமட்டுமே இப்போது அவரிடமுள்ள குறைபாடுகளை நினைவுபடுத்திவிட்டது. பணமதிப்பு நீக்க நடவடிக்கையை பெருமளவுக்கு மோடி தானாகவே செய்தார். அந்த சூதாட்ட விளையாட்டு இப்போது தோற்றுப்போய்விட்டது. மோடியின் கீழ் நோக்கிய சரிவு துவங்கிவிட்டது. இந்தப் பேரரசர் இப்போது தன்மீது ஆடைகளின்றி நிற்கிறார் நிர்வாணமாக!

நவம்பர் 8இல் ரூ.1,000, ரூ.500 நோட்டுக்களை மதிப்பு நீக்கம் செய்த மோடி, தனது டான் குவிக்ஸாட் நடவடிக்கைகளால் எழுந்துள்ள பரந்துபட்ட மக்களின் அதிருப்தி அவரைத் திகிலடையச் செய்துள்ளது. இதை அவரது மிகையுணர்வு நடவடிக்கைகள் தெரிவிக்கின்றன. அவரது மனஉறுதிக்கும், தைரியத்துக்குமான மாபெரும் முதல் சோதனையாக இந்த நிகழ்வு அமைந்துவிட்டது. இது அவருக்குத் தேவையானதுதான். அவருக்கு மிகவும் பிடித்தமான (விகாஸ், விஸ்வாஸ் போன்ற) கோஷங்களும் முழக்கங்களும் இப்போது அவருக்கு உதவவில்லை. மக்கள் பதில்களை வேண்டுகிறார்கள். அவர் ஏற்படுத்திவிட்ட வேதனைகளுக்கு அவரது நம்பகத்தன்மையை வேண்டுகிறார்கள். இந்த நம்பகத்தன்மை என்ற கருத்தாக்கம் மோடிக்கு மிகவும் அந்நியமானது!

ஒரு மக்கள் தலைவராக, கட்சி (பாரதிய ஜனதா)க்கும் மேற்பட்டவராக, இந்தக்கட்சியின் பிறப்பிடத்தைவிடவும் (ராஷ்ட்ரிய சுயம் சேவக்) மேற்பட்டவராக, பாராளுமன்றம், நீதித்துறை போன்ற அமைப்புகளை விடவும்கூட மேலானவராகத் தன்னைக் கட்டமைத்துக்கொள்ள ஒவ்வொரு தந்திரத்தையும் அவர் கையாண்டுகொண்டே இருந்தார். அவரது உத்தி, தொடர்ந்த தேர்தல் பிரச்சாரமாக, கோஷங்களை எழுப்புவதாக, பாராளுமன்றத்துக்கு நம்பகத்தன்மை ஏற்படுத்தும் சிந்தனையற்ற முறையில் எதிராளிகள், விமர்சகர்களின் நேர்மையைக் காயப்படுத்துவது என்பதாகவே இருந்துவருகிறது. அவர் தனது அமைச்சரவை சகாக்களின் தலைமையைக்கூட புறக்கணித்து அரசு ஊழியர்களிடம் நேரடியாகச் செல்லத்துவங்கினார். ('ஜனநாயகத்தை மோடிமயமாக்குதல்' என்ற ஏ.ஜி நூரனியின் கட்டுரை- ஃப்ரண்ட் லைன் 2014 ஜூலை 11) இப்போது மக்களின் உணர்வுகளுக்கு வேண்டுகோள் விடுக்கும் மிகவும் கேவலமான நடவடிக்கைகளால் தன்னை நிலை நிறுத்திக்கொள்ள முயன்றுவருகிறார். ஆனால், அது அவருக்குப் பயன்தரப்போவதில்லை!

மக்கள் இதற்கு முன்பே சிறந்த பிரதமர்களைப் பார்த்திருக்கிறார்கள். அவர்கள் மோடி இப்போது உதிர்க்கும் பேச்சுகளை ஆழ்ந்து கவனிக்கிறார்கள். புகழ்பெற்ற நாளிதழான 'பிஸினஸ் ஸ்டாண்டர்ட்' தனது டிசம்பர் 6 இதழில், பிரதமர் மோடி நவம்பர் 8 இல் நாட்டுக்கு தொலைக்காட்சியில் ஆற்றிய உரையிலிருந்து துவங்கி ஆழ்ந்த கவனத்துடன் ஓர் ஆய்வைச்செய்து, அந்த ஆய்வின் முடிவுகளை வெளியிட்டுள்ளது. அந்த ஆய்வுக்கு "மோடி பணமதிப்பு நீக்கம் பற்றிய விவரித்தல்களை எவ்வாறு மாற்றிக்கொண்டார்?" என்ற மிகவும் பொருத்தமான தலைப்பு இடப்பட்டிருந்தது.

- அது மோடியின் பேச்சின் மேற்கோள்களை மிகவும் விரிவாகத் தாங்கியிருந்தது. அந்தப் பேச்சு (ஆங்கிலத்தில்) 25 நிமிடங்கள் நீடித்தது. பிரதமர் 'கறுப்புப்பணம்' என்ற வார்த்தையை 18முறை உச்சரித்தார். அவர், 'கள்ள நோட்டு' அல்லது 'போலி நோட்டு' என்ற வார்த்தையை 5முறை அதே பேச்சில் குறிப்பிட்டார்.

- பிரதமரின் பேச்சிலிருந்து 'கறுப்புப்பணத்தின்' தீங்குதான் இந்த நாட்டின் கிட்டத்தட்ட 86% நோட்டுகளைத் திடீரென்று திரும்பப்பெற்றதற்கான 'முதன்மை நோக்கம்' என்பது சந்தேகத்துக்கிடமின்றித் தெளிவாகிறது...

- ஆனால், நவம்பர் 8க்கும் நவம்பர் 27க்கும் இடையேயான காலத்தில் பணமதிப்பு நீக்கத்தின் 'முதன்மை நோக்கம்' கறுப்புப்பணத்தை விட்டுவிட்டு 'பணமற்ற பரிவர்த்தனை முறைக்கு மாறிச்செல்வதுதான்' என்பதற்கு பிரதமரின் பேச்சுகள் சாட்சியங்களாக மாறிவிட்டன!

குடிமக்களைக் குறைந்த அளவில் பணத்தைப் பயன்படுத்துங்கள் எனவும், அதிக அளவில் மின்னமைவுப் பரிவர்த்தனைகளை மேற்கொள்ளுங்கள் எனவும் வலியுறுத்துவது ஊக்குவிக்கப்படவேண்டும் என்பதும், பாராட்டப்பட வேண்டிய நோக்கம் என்பதும் சரியானதே. ஆனால், நாட்டின் 86% நோட்டுகளை ஒரேஇரவில் அவற்றின் ஒட்டுமொத்த மதிப்புகளையும் நீக்கிவிட முடிவெடுக்கப்படும்போது, (அது பலவிதமான நோக்கங்களைக் கொண்டிருந்தாலும்கூட) வலுவான அறிவுசார்ந்த முக்கியமான காரணம் அதற்கு இருக்கும் என்று ஒவ்வொருவரும் நம்பிக்கை கொண்டிருந்தார்கள்.

'கறுப்புப்பணத்தை' ஒழிப்பது என்ற உண்மையான 'முதன்மை நோக்கம்' நிறைவேற்றப்பட முடியாதது என பிரதமர் உணர்ந்துகொண்டாரா? அல்லது, அந்த முடிவை எடுப்பதற்குமுன் போதுமான, தேவையான சிந்தனை செலுத்தப்படவில்லையா?

அந்த ஆய்வின் ஆசிரியர் பிரவீண் சக்ரவர்த்தி, 'கறுப்புப்பணத்திலிருந்து', 'பணமற்ற/மின்னமைவுப் பரிவர்த்தனைப் பொருளாதாரத்துக்கு மாறிச் செல்லும் - இதற்கிடையே 'கள்ள நோட்டின் மீதான போர்' உட்பட- ஒரு வரைபடத்தைத் தயாரித்துள்ளார்.

தடம் மாற்றமா? (தடுமாற்றமா?)

பணமதிப்பு நீக்கத்தின் முதன்மை நோக்கம் தோல்வியைச் சந்தித்தபிறகு, மோடி தடத்தை மாற்றுகிறார். அவரது பேச்சுகளே

இந்தக்கதையைக் கூறுகின்றன! 2001இல் குஜராத்தில் நன்கு திட்டமிடப்பட்ட இனப்படுகொலைகள் நடைபெற்றபோது, குஜராத்தின் முதலமைச்சராக இருந்து ஒரு துளிக் கண்ணீர்கூட வடிக்காத இதே மோடி 2016 நவம்பர் 13இல் கோவாவில் மிகவும் உடைந்துபோய்விட்டார்! உதடுகள் நடுங்குகின்றன. தொண்டை அடைக்கிறது! ஆனால், அவர் சொல்லவந்த செய்தியின் உள்ளடக்கம் சிரிப்பூட்டுவதாக அமைந்துவிட்டது! "அவர்கள் என்னை உயிர்வாழ விடமாட்டார்கள், அவர்கள் என்னை அழித்துவிடுவார்கள். அவர்கள் என்ன செய்ய விரும்புகிறார்களோ அதைச் செய்துகொள்ளட்டும்." அந்த 'அவர்கள்' யார் என்பதை மோடி அடையாளம் காட்டவே இல்லை! இந்த அச்சுறுத்தல் பற்றி 'தேசியப்புலனாய்வு அமைப்பு' (NIA) எச்சரிக்கப்பட்டதா?

அதன்பிறகு வருகிறது அவரது புகழ்பெற்ற தெளிவான உறுதிமொழி. "50 நாட்கள் எனக்கு உதவுங்கள். இந்த நாடு எனக்கு வெறும் 50 நாட்களை மட்டும் தந்து உதவட்டும்." "50 நாட்களுக்கு என்னோடு பொறுத்துக்கொள்ளுங்கள்". "இந்த வேதனைகள் 50 நாட்களுக்கு மட்டும்தான்."

டிசம்பர் 24இல் மும்பையில் மோடி கூறினார்: "இந்த வேதனைகள் அந்த அழகிய 50 நாட்களுக்குள் முடிந்துவிடாது. ஆனால், ஏழைகளின் அந்த வலி குறையத்தொடங்கும். ஆனால், அதே நேரத்தில் பணக்காரர்களின் வலி அதிகரிக்கும்," ஒரு நாட்டின் பிரதமர் தனது நாட்டுமக்களிடம் பேசுகின்ற நேர்மையான வழிமுறை இதுதானா? அந்த மக்கள் சந்தித்துவந்த -குறிப்பாக ஏழைகளின் பிரச்சனைகளை ஒருமுறைகூடக் கவனிக்க அவர் கீழிறங்கி வரவே இல்லை. ஆனால், அவர்களை ஏமாற்ற தனது கேவலமான நடிப்பாற்றலைப் பயன்படுத்துகிறார்! "எனதருமை நாட்டுமக்களே! நான் என்னிடம் இருந்த எல்லாவற்றையும் தந்துவிட்டேன். ...எனது வீடு, எனது குடும்பம். என்னிடம் இருந்த எல்லாவற்றையும் இந்த நாட்டுக்குத் தந்துவிட்டேன். ஆகவே, என்னைக் கேள்வி கேட்காதீர்கள். நான் உங்களுக்காகவே எல்லாவற்றையும் தந்துவிட்டேன்."

மோடியின் இந்த வேண்டுகோள், மிகவும் வேதனைப்பட்டவர்களுக்காக, ஏழைகளுக்காக, மிகவும் அபத்தமான வார்த்தைகளில் மோடியால் பேசப்பட்டது. "நான் ஏழைகளுக்காகவே இதைச் செய்கிறேன். உழைக்கும் மக்களுக்கு; நேர்மையான மக்களுக்கு; தாங்கள் வாழ்வதற்காக கடுமையாக வேலைசெய்யும் மக்களுக்கு. இதனால் அவர்கள் தங்கள் சொந்த வீட்டைப்பெற முடியும். அவர்களது குழந்தைகள்

நல்ல கல்வியைப்பெற முடியும். அவர்களது பெற்றோர்கள் நல்ல கவனிப்பைப் பெறமுடியும்."

மோடி எப்போதும் நிலவைப் பிடித்துத்தருவதாக உறுதியளிப்பார்! அதன்பிறகு என்ன? அவர் அரசியலையே மாற்றியமைத்து விடுவதோடு மட்டுமல்ல; தனக்கு முன்பிருந்தவர்களைவிட மேலானவராக உருவாகிவிடுவார்! இந்த அவரது வார்த்தைகள் சீஸரின் பேராசை பற்றிய போதுமான எச்சரிக்கையை நமக்குத் தருகிறது.

'முந்தைய அரசுகளை மதிப்பிடப் பயன்படுத்திய அதே அளவுகோல்களை சிலர் என்னை மதிப்பிடப் பயன்படுத்துகிறார்கள். நான் ஆட்சியதிகாரத்துக்குத் தேர்ந்தெடுக்கப்பட்டபிறகு அவர்கள் தங்கள் அளவுகோல்களை மாற்றிக்கொண்டாக வேண்டும்" (டைம்ஸ் ஆஃப் இந்தியா 2016 நவம்பர் 14)

'மோடி எல்லாரையும்விட மேம்பட்டவர்! மோடி, மற்ற அரசியல் கட்சிகளைப்போல வெறுமனே வந்து போகக்கூடியவர் என்று நீங்கள் கருதுகிறீர்களா?' (ஹிந்துஸ்தான் டைம்ஸ் 2016 நவம்பர் 14).

'சார்லஸ் டி'காலேயைப் போல், மோடி தன்னைத்தானே மூன்றாவது மனிதராகக் குறிப்பிட்டுக்கொள்கிறார்! நவம்பர் 14 அன்று லக்னோவில் 50 நாட்கள் சபதத்தை மிகவும் துல்லியமாக முன்வைத்தார். இந்தக் காலகட்டத்தை 'ஒரு பெரிய கடமையான, நேர்மை வாய்ந்த ஒரு பெரிய வேலையான, 'கறுப்புப்பணத்தைத் தோண்டியெடுக்கப்' பயன்படுத்திக்கொள்வார்' (தி ஹிந்து நவம்பர் 15).

இந்தக்கட்டுரை அச்சாகும்போது வாசகர்கள் தாங்களாகவே ஒரு மதிப்பீட்டைச் செய்துகொள்வார்கள்: 'இது மோடியின் திட்டங்களின் தோல்வி மட்டுமல்ல: அவரது நம்பக்கூடாத பேச்சுக்களின், நேர்மையற்ற தன்மையின் தோல்வியும்கூட.'

நமக்குத் தெரியவந்துள்ள அனைத்துலகக் கருத்துகள் இந்த இரண்டையும் அம்பலப்படுத்திவிட்டன. 'தி இண்டர்நேஷனல் நியூயார்க் டைம்ஸ்' நவம்பர் 19இல் 'பணமதிப்பு நீக்கம், பல இலட்சக்கணக்கான மக்களை, தங்கள் பழைய நோட்டுகளைத் தங்கள் கணக்கில் செலுத்தவும், மாற்றிக்கொள்ளவும் வங்கிகளின்முன் வரிசையாக நிற்கவைத்து நாட்டின் பொருளாதாரத்தை பெரும் கலவரத்துக்குள் வீசியெறிந்துவிட்டது' என்று தலையங்கத்திலேயே குறிப்பிட்டது. 'பணத்தை அடிப்படையாகக்கொண்ட லஞ்சமும், ஊழலும், வரி ஏய்ப்பும் மக்களிடம் இந்தப் புதிய நோட்டுகள் சேரத்

துவங்கியபிறகு, மீண்டும் உறுதியாகத் திரும்பவந்துவிடும்' என்றும் அந்த இதழ் கணித்தது.

(முன்னாள் அமெரிக்கக் கருவூலத்துறை செயலாளரும், ஹார்வார்ட் பல்கலைக்கழகத் தலைவருமான லாரன்ஸ் சம்மர்ஸ், 'இந்தியாவில் இப்போது நிலவிவரும் துயரங்கள், அரசின்மீது நம்பிக்கையை இழக்கச்செய்துவிட்டது' என எழுதினார். *(தி டெலிகிராஃப் 2016 நவம்பர் 22)*

2016 நவம்பர் 29இல் *'தி டைம்ஸ்'* தனது விமர்சனத்தை மிகவிரிவான விளக்கங்களுடன் மீண்டும் வெளியிட்டது. *'தி எகனாமிஸ்ட்'*ன் விமர்சனம் டிசம்பர் 3இல், 'இந்தச் சீரழிவால் ஏற்பட்ட நிலைகுலைவை மட்டும் வெறுமனே குறிப்பிடாமல், இந்தச் சீரழிவை உருவாக்கியவர் யார்?- மோடி' எனவும் சுட்டிக்காட்டியது. அந்த இதழ், 'கடைகள் பழைய நோட்டுகளை ஏற்றுக்கொள்வதை உடனடியாக நிறுத்திவிட்டன. பழைய நோட்டுகளை வைத்திருப்பவர்கள் இந்த ஆண்டின் இறுதிவரை வங்கிகளில் செலுத்த முடியும் அல்லது புதிய 500 மற்றும் 2,000 நோட்டுகளாக மாற்றிக்கொள்ள முடியும். அந்த 84% மதிப்புள்ள புழக்கத்தில் இருந்த பணம் திடீரென சட்டப்பூர்வ ஒப்பந்தமாக இல்லாமல்போனது ஏற்கனவே, ஊகிக்கக்கூடிய, தேவையற்ற துயரங்களை ஏற்படுத்திவிட்டது. அதை மீண்டும் துவங்குவது காலம் தாழ்ந்தது மட்டுமல்ல அரசியல்ரீதியாக சிந்தித்தும்பார்க்க முடியாதது. ஆனால், மோடியால் இந்தச் சேதங்களைக் கட்டுக்குள் கொண்டுவந்திருக்க முடியும். அப்படிச்செய்திருந்தால் அதற்குக்காரணமான அவரது குறைபாடு உடைய தலைமைப் பாணியைக் கைவிடச்செய்திருக்கும்.

"பணக்காரர்கள் தங்கள் செல்வத்தை இருப்புவைத்துக்கொள்ள வங்கி நோட்டுகள் மட்டுமே ஒரேயொரு வழி அல்ல. அவர்களுக்கு வங்கியல்லாத பல்வேறு வழிமுறைகளும்கூட இருக்கின்றன. இந்தச் சீர்திருத்தத்தின் சுமை அடிக்கடி நிகழ்வதுபோல ஏழைகளின் மீதே கனமாக விழுந்திருக்கிறது. இந்தியத் தொழிலாளர்களில் 5க்கு 4பங்குக்கு மேற்பட்டவர்கள் 'அணிதிரட்டப்படாத' துறைகளில் உள்ளவர்கள். அவர்களுக்கு ஊதியம் பணமாகவே அளிக்கப்படுகிறது. சொல்லமுடியாத எண்ணிக்கையினர் வேலையிலிருந்து நிறுத்தப்பட்டுவிட்டார்கள். ஏனென்றால், அவர்களை வேலைகளில் நியமித்தவர்களால் அவர்களுக்கு சம்பளம் கொடுக்கமுடியவில்லை. பற்பல பத்து இலட்சம்பேர் பயனற்ற நோட்டுகளிலிருந்து விடுபடவும், செலவுக்கு அத்தியாவசியமான கொஞ்சம் பணத்தைப் பெறவும் பண இயந்திரங்களுக்கு முன்பும், வங்கிகளுக்கு முன்பும் மணிக்கணக்கில் வரிசைகளில் நிற்கிறார்கள்.

இவ்வாறு காத்துக்கிடக்க நேரம் இல்லாதவர்கள் அல்லது வரிசைகளில் நிற்க விரும்பாதவர்களுக்கு அல்லது அதிக அளவில் பழைய நோட்டுகளை வைத்திருப்பவர்களுக்கு பணத்தைப் பெற்றுத்தரும் புதிய தொழில் உதயமாகிவிட்டது."

"இந்தியாவில் நுகர்பொருள் பரிவர்த்தனைகளில் 98% அளவுக்கு பணமே பயன்படுத்தப்பட்டு வருகிறது. தொழிற்சாலைகள் இயங்காத நிலையில் சிறிய கடைக்காரர்கள் தங்களுக்கு விற்பனைக்காக விவசாயிகள் தரும் உற்பத்திப் பொருள்களுக்குப் பணம் தரமுடியாமல் அல்லல்பட்டு நிற்கிறார்கள். பொருளாதாரம் திக்குமுக்காடுகிறது. விவசாயப் பண்ணைகளுக்கான முள்கம்பி விற்பனை பாதியாக வீழ்ந்துவிட்டது. நீண்டகாலம் நீடித்திருக்கும் நுகர்பொருள் விற்பனை 70% அளவுக்கு வீழ்ந்துவிட்டது. தேசிய உற்பத்தியின் மீதான தாக்கம் பற்றிய ஊகங்கள் பல்வேறு வகைகளில் வேறுபடுகின்றன. பணத்தை வங்கிகளிலிருந்து பெறுவதில் ஏற்பட்டுள்ள சிக்கல்கள் ஆண்டின் மொத்த உற்பத்தி GDPபுள்ளிகளைக் குறைத்துவிடும். (இப்போது நடைமுறையில் செப்டம்பர் வரையான மூன்று மாதங்களில் உள்ள புள்ளி 7.1%) 'ஒரு சிறிதளவாவது முன்யோசனை இருந்திருந்தால் இந்தப்பேரழிவு தவிர்க்கப்பட்டிருக்கலாம்.' புதிய ரூபாய் நோட்டுகள் பழைய நோட்டுகளைவிட அளவில் சிறியவைகளாக இருப்பதால், நாட்டிலுள்ள அனைத்து ATMகளும் அதற்கேற்ப மாற்றியமைக்கப்பட வேண்டும் என்ற பிரச்சனையும் எழுந்துள்ளது. அதற்குக் குறைந்தபட்சம் 45 நாட்களாவது ஆகுமாம். 2.5கோடி நோட்டுகள் இதனால் பாதிக்கப்பட்டுள்ளன. அத்துடன் புதிய நோட்டுகளை அச்சிடும் ஆற்றல், முன்னாள் நிதியமைச்சர் கூறுவதுபோல, மாதத்துக்கு 30இலட்சம் மட்டும்தான்.

ஏராளமான பழைய பணம் வங்கிகளுக்கு வந்தபோதும் அவற்றுக்கு மாற்றாக அளிக்க இன்னும் கொஞ்சம் புதிய நோட்டுகள் தேவைப்படுகின்றன. அதற்கு இன்னும் சிறிதுகாலம் பிடிக்கும். பணமதிப்பு நீக்கத்துக்குப் பிறகான மூன்று வாரங்களில் புதிய வைப்புத்தொகைகளாக 8,50,00,000 கோடி (8.5 டிரில்லியன்) ரூபாய்களைக் கையாள்வதற்கு வங்கிகள் முழுவதும் தயாராகிவிடவில்லை. அந்த வங்கிகள் பாண்டுகளை வாங்க இந்த வைப்புத் தொகைகளைப் பயன்படுத்தியபிறகு, வட்டிவீதம் குறைந்துவிட்டதால், மத்திய வங்கிகள் அந்த வைப்புத் தொகைகளை 0% வட்டிக்கணக்கில் குவித்துவைக்க உத்தரவுகளைப் பிறப்பிக்கவேண்டியதாகிவிட்டது.

"இரகசியத்தை ஆழ்ந்து கருத்தூன்றிப் பார்க்கவேண்டிய தேவை,

பணத்தைப் பதுக்கிவைத்திருப்பவர்களைத் திகைப்புக்குள்ளாக்கியபோது, ‘மோடி ஒருபோதும் தவறே செய்யாதவர்; தாங்கள் தொழில்நுட்ப ஆற்றல்களில் தங்கள் நம்பிக்கைகளைத் தவறாக வைத்துவிட்டதாகவும்’ அவர்களுக்கு உள்ளார்ந்த உணர்வுகள் ஊட்டப்பட்டன. ஒரு திட்டத்தை வகுக்கும்போது அது தேவையற்ற வகையில் அதிகளவில் கூட்டுச்சதியாவது மேலும்மேலும் வளர்ந்து மோடி கேவலப்பட்டுவிட்டார். அவர் தனது அரசியல் தலைமையிடத்தை வீணாக்கிவிட்டார். எதிர்காலத்தில் மிகவும் பரந்த அளவில் ஆலோசனைகளைப் பெறுவது அவருக்குத் தேவையாகிவிட்டது. முடிவுகளை எடுப்பதில் தானாகவே தன்னை மத்தியமயப்படுத்திக் கொள்வதை அவர் குறைத்துக்கொள்ள வேண்டியதாகியுள்ளது. தன்மீது கூறப்படும் எல்லா விமர்சனங்களும் ஒருதலைச்சார்பான நடுநிலையற்றவை அல்ல என்றோ அல்லது ஊழல் நிறைந்த பணக்காரர்களிடமிருந்துவரும் தனிப்பட்ட வாதங்கள் அல்ல என்றோ மோடி ஏற்றுக்கொண்டாகவேண்டும். நல்லவேளையாக இந்தியா ஒரு வடகொரியா அல்ல. இந்த நாடு தனது தலைவர்கள் ஒருபோதும் தவறே செய்யக்கூடாதவர்கள் என்ற விழிப்புணர்வைக் கொண்டிருக்கிறது. இதன் கூட்டாட்சி ஜனநாயக அமைப்புமுறையை மோடி எவ்வாறு தனது ரூபாய் சிக்கலில் மிகமோசமாகச் சீரழித்தார் என்பதை அறிந்துகொள்ள ஏராளமான வாய்ப்புகளை வாக்காளர்களுக்கு அளித்துள்ளது. மோடியின் நம்பகத்தன்மை எவ்வாறு உள்நாட்டில் முக்கியத்துவம் இழந்துவிட்டதோ அவ்வாறே அயல்நாடுகளிலும் முக்கியத்துவத்தை இழந்துவருகிறது. வெளிநாட்டுப் பயணங்களின்போது இனி அவருக்கு அளிக்கப்படும் வரவேற்புகள் இனிமை குறைந்தனவாகவே அமையும்.

மேலும் ஒரு சிறு மாதிரி. ஃபோர்ப்ஸ் இதழில் ஸ்டீவ் ஃபோர்ப்ஸ் மோடியின் பணமதிப்பு நீக்க முடிவை, ‘நீடித்து நிலைக்கும் அழிவற்ற ஒன்றின் உயிரை எடுப்பது’ என அழைக்கிறார். அவர் கூறுகிறார்: ‘இந்தியா இப்போது செய்துள்ளதெல்லாம் எல்லாவிதமான முறையான வழிமுறைகளும் மேற்கொள்ளப்பட்டுள்ளன என்ற பாசாங்குகூட இல்லாமல் மக்களின் உடமைகளைக் கொள்ளையிட்ட செயல். ஒரு மாபெரும் திருட்டு. ஜனநாயகமுறையில் தேர்ந்தெடுக்கப்பட்ட ஓர் அரசின் அதிர்ச்சியூட்டும் நடவடிக்கை.’

மோடியின் கோடீஸ்வர நண்பர்களில் ஒருவர்கூட(வங்கிகளின் முன்) பாம்பின் வாலைப்போல நீண்டுவரும் வரிசைகளில் காணப்படவில்லை என்பது உறுதிப்படுத்தப்பட்டுவிட்டது! அந்தத் தீத்தழும்புகளைத் தாங்கிக்கொண்டவர்கள் ஏழைகளும், நடுத்தர வர்க்கத்தினரும் மட்டுமே. மக்கள் வங்கிகள் முன்பும், ATMகள்

முன்பும் காத்து நிற்பதைப்பற்றி மோடி என்ன கூறுகிறார்? டிசம்பர் 3 இல், 'சர்க்கரைக்காக, கோதுமைக்காக, மண்ணெண்ணெய்க்காக நிற்பதுபோல் நிற்கிறார்கள்' என்று மோடி கூறினார். ஒன்றுடன் ஒன்று தொடர்பில்லாததைப் பொருத்தமற்ற வகையில் மோடி கூறுகிறார்! அவ்வாறு கூறியது எங்கு? தனது காவிப்பட்டாளங்களான பா.ஜ.க. நாடாளுமன்ற உறுப்பினர்களிடம் நவம்பர் 22இல் மூடப்பட்ட கதவுகளுக்குப் பின்னால் இருந்துகொண்டு மோடி இவ்வாறு பேசினார்.

பாராளுமன்றத்தில் மௌனம்

பாராளுமன்ற அமைப்புமுறையில் நிலைநிறுத்தப்பட்டுள்ள நியதிகளின்படி, டிசம்பர் 6இல் பாராளுமன்றம் குளிர்காலக் கூட்டத்தொடருக்காகக் கூட்டப்பட்டபோது, பிரதமர் ஒரு விரிவான அறிக்கையைத் தந்து அதன்மீது விவாதங்களைத் துவக்கியிருக்கவேண்டும். அதைச்செய்யாமல் மோடி மௌனமாகவே இருந்துகொண்டார். உண்மை நிகழ்வுகளையும், அவற்றின் விளக்கங்களையும்கொண்ட விமர்சனங்களுக்கு மோடியால் பதிலளிக்கவே முடியாது. அவரது பலமே கோஷங்களில் திளைப்பதுதான். ஆனால், அது பாராளுமன்ற விவாதங்களுக்குப் பொருத்தமற்றது. இதனால் மிகவும் எரிச்சலைடைந்த எதிர்த்தரப்பு மட்டுமீறிய நடவடிக்கைகளுக்குள் தன்னை ஆழ்த்திக்கொண்டது. மோடியோ, பாராளுமன்றத்துக்கு வெளியே தன்னை விமர்சிப்பவர்களைத் தாக்கினார். அவரது தாக்குதல்அவர்களது மதிப்பீடுகள் மீது அல்ல. அவர்களது நேர்மைத்தன்மைக்குச் சவால் விட்டுக்கொண்டிருந்தார்!

இது 'முற்றிலும் தனக்கே உரியது இந்த அரசு' என்று கருதிக்கொள்ளும் வகையிலான அரசு நிர்வகிப்பாகும். அவர் அடிக்கடி மேற்கொண்டுவரும் வெளிநாட்டுச் சுற்றுலா இரண்டு அடுக்கு நோக்கங்களைக்கொண்டது. உள்நாட்டு மக்களிடம் ஒரு கருத்தை அழுந்தப் பதியவைப்பதும், மாபெரும் உச்சத்தைத்தொடத் தனது வழிமுறைகளை வசப்படுத்திக்கொள்வதும் ஆகும். 2016இன் இறுதியில் இந்தியாவின் அயலுறவுக்கொள்கை (கசாப்பு செய்வதுபோல்) சிதைக்கப்பட்டுவிட்டது. சீனா, பாகிஸ்தான், நேபாளம், ஸ்ரீலங்கா, மியன்மார் மற்றும் ரஷ்யாவுடனான அதன் உறவுகள் 2014 மேயில் நரேந்திரமோடி பிரதமராகப் பொறுப்பேற்ற காலத்தைவிடவும் மிகமிக மோசமாகிவிட்டன. அவரிடம் அவரது கட்சியும் மதிப்பிழந்துவிட்டது. மூத்த தலைவர்கள் அனைவரும் செயற்கையான வயதுவரம்பு நிர்ணயிக்கப்பட்டு மூலைகளில் தூக்கியெறியப்பட்டுவிட்டார்கள். இப்போது மோடி கட்சியைவிட மட்டுமல்ல, ஆர்.எஸ்.எஸ். அமைப்பைவிடவும்கூட மேலெழுந்து நிற்கிறார். சர்வாதிகாரத்தை நோக்கி உயர்ந்துசெல்ல மோடி

கடைப்பிடித்துவரும் பயணத்தைக் காலம்தான் வெளிப்படுத்துகிறது. நிர்வாகத்தின் தொனியும், குடிமைப் பணியாளர்களின் மனப்பான்மைகளும் பாதிப்புக்குள்ளாகி வருகின்றன.

மதச்சார்பின்மையின் மதிப்பியல்கள், எத்தகைய விரிவான விளக்கங்களும் தேவைப்படாத அளவுக்குப் பாதிக்கப்பட்டுள்ளன. கல்வி நிலையங்களும் கலாசார நிறுவனங்களும் ஒழுங்கற்ற கட்சிவெறியினரால் நிரப்பப்பட்டுவிட்டன. - இதுதான் 'குஜராத் மாதிரி' யான விளையாட்டு. உலக அளவில் நாட்டின் நேர்மைத்தன்மை மிகவும் கடுமையாக சேதப்படுத்தப்பட்டுவிட்டது. அண்மையில் வெளியிடப்பட்ட 'உலக அளவிலான மதச் சுதந்திரம்' பற்றிய அமெரிக்காவின் அறிக்கை இந்திய சூழல்களைத் தொகுத்து அளித்திருக்கிறது: '2015இல் மதசகிப்புத்தன்மை படுமோசமாக சீரழிக்கப்பட்டுவிட்டது. மதம்சார்ந்த சுதந்திரத்தின் மீதான அவமதிப்புகள் பெருகிவருகின்றன. சிறுபான்மைச் சமுதாயங்கள் - குறிப்பாக கிறிஸ்தவர்கள், முஸ்லீம்கள், சீக்கியர்கள் பெரும்பாலும் இந்துத்துவ தேசியக் குழுவினரால் அச்சுறுத்தப்பட்டு, மீண்டும் மீண்டும் தொல்லைகளுக்கு உள்ளாக்கப்படுகிற, வன்முறைகளுக்குப் பலியாகிற நிகழ்வுகள் அன்றாட அனுபவங்களாகி வருகின்றன. ஆளும் பா.ஜ.க.வின் பாராளுமன்ற, சட்டமன்ற உறுப்பினர்கள் இந்தக்குழுக்களை ஆதரிப்பதோடு, பதட்டங்களைப் பற்றியெரியச்செய்யும் மதவெறிக் கூப்பாடுகளையும் பயன்படுத்தி வருகிறார்கள்.

இந்தப் பிரச்சனைகள், நீண்டகாலமாக காவல்துறைக்குள் நிலைபெற்றுள்ள ஒருசார்புத்தன்மை, நீதித்துறையின் போதாமை போன்ற பிரச்சனைகளுடன் சேர்ந்து குற்றவாளிகள் தண்டனைகளிலிருந்து தப்பித்துச்செல்கின்ற ஒரு பரவலான சூழலை ஏற்படுத்தியுள்ளது. குற்றச்செயல்கள் நடைபெறும்போது, மத சிறுபான்மைச் சமுதாயத்தினர் எந்தவிதமான போக்கிடமும் இல்லாத பாதுகாப்பற்ற தன்மையை உணர்கிறார்கள். இந்தநிகழ்வுகளின் போதெல்லாம் பிரதமர் மோடி அர்த்தம் நிறைந்த மௌனங்களில் மூழ்கிப்போகிறார்!

ஒருவகையில் தனக்கு இணையான, முன்னுதாரணங்கள் இல்லாத, தன்னிகரற்ற தலைவர் என்று மோடி தன்னைப்பற்றி தானே வியந்து கூறிக்கொள்வது சரியானதுதான். இத்தகைய பிளவுபடுத்தும் ஒரு தலைவரைப் பிரதமராகப் பெறுவதற்கான சாபத்தை இந்த தேசம் கொண்டிருக்கிறது... அவர் தேசிய அளவில் தனது 'குஜராத் மாதிரி'யை, அரசியல்சார்ந்த விவாதங்களைத் தகர்த்தெறிந்துவிட்டு நம்பிக்கையுடன் பின்பற்றிவருகிறார். நவம்பர் 22இல் 'எதிர்க்கட்சிகள் ஊழல் நிறைந்தவை' (தி ஹிந்து- நவம்பர் 23)என்று குற்றம் சாட்டினார்.

டிசம்பர் 27இல் எதிர்க்கட்சியினரின் நியாயமான விமர்சனங்களுக்காக அவர்களை, 'சோரோன் கி சர்தார்' - 'திருடர்களின் தலைவர்கள்' என்று மிகக்கடுமையாகக் கண்டனங்களைப் பொழிந்தார்! சர்வாதிகாரியாக வேண்டும் என்ற மோடியின் பேராசைகள் மூடிமறைக்கப்படவில்லை. மோடி தன்னைத்தானே ஒரு 'சௌகிதார் - காவல்காரன்' என்று அழைத்துக்கொண்டார். *(இந்தியன் எக்ஸ்பிரஸ், டிசம்பர் 28)* இது ஜனநாயகம் என்ற மகத்தான கோட்பாட்டின் மீதான அச்சுறுத்தல்.

முதலாளித்துவ எதிர்க்கட்சிகளோ, பிளவுபட்டிருப்பதைவிட மோசமாக உள்ளன. அவை திறமையற்றவைகளாக உள்ளன. நவம்பர் 8 முதல் டிசம்பர் 30 முடிய உள்ள காலகட்டத்தின் மொத்த நிகழ்வுகளையும் பதிவுசெய்யும் வகையில், 'ஏழைகளின் மீதான மோடியின் யுத்தத்தை' உள்ளடக்கமாகக் கொண்ட ஒரு வெள்ளை அறிக்கை தயாரித்திருக்கவேண்டும். அதில் அவர் உதிர்த்த பேச்சுகளையும், ஒன்றிலிருந்து வேறொன்றுக்கு வளைந்துவளைந்து செல்லும் அவரது முட்டாள்தனமான முடிவுகளையும், மக்களின் துயரங்களையும், வங்கிகள் ATMகளின்முன் நீண்டுகிடக்கும் வரிசைகளையும், பொருளாதாரத்துக்கு இழைக்கப்பட்டுள்ள தீமைகளையும், அதனால் ஏற்பட்ட மரணங்களையும் அந்த வெள்ளை அறிக்கை கொண்டிருக்க வேண்டும்.

நரேந்திரமோடி ஒரு வலிமைமிக்க தலைவர் அல்ல. அவர் திறமையற்ற ஒருவர். அவரது தோல்விகள் அவரை நீர்க்குமிழிகளுக்குள் துரத்துகின்றன. டிசம்பர் 27இல் அவர் கூறிக்கொண்டார்: 'ஒரே அடியில் ரூபாய் நோட்டுகளுக்குத் தடைவிதித்ததன் மூலம் நாம், தீவிரவாதிகளின், போதை மருந்து மாஃபியாக் கும்பல்களின், சட்டத்துக்குப் புறம்பான வியாபாரங்களில் ஈடுபடும் நிழல் உலக தாதாக்களின் உலகத்தையே அழித்துவிட்டோம்'. *(தி ஹிந்து டிசம்பர் 23)* சிரிக்காதீர்கள். இதைவிட இன்னும் மோசமான உளறல்களுக்குத் தயாராகிக்கொள்ளுங்கள். இவ்வாறு பேசக்கூடிய, ஒரு மருட்சிகொண்ட, சித்தம் கலங்கிய ஒருபேர்வழி, விரக்திகளும் தோல்விகளும் குவியும்போது இதைவிட மோசமாக எதையும் செய்யக்கூடும். அவர் தனக்கு ஏற்பட்டுவரும் பின்னடைவுகளையோ, தோல்விகளையோ ஏற்றுக்கொள்ளமாட்டார். இந்த நாட்டின் மீது மிகக்கொடுமையான துரதிர்ஷ்டம் படிந்து விட்டது. நரேந்திர மோடியைப் பிரதமராகக் கொண்டிருப்பதன் மூலம் இந்தியா படுபாதாளத்துக்குள் வீழ்ந்து கிடக்கிறது.

- ஃப்ரண்ட் லைன், 2017, ஜனவரி 20.

மோடியின் மௌனமும் எழுத்தாளர்களின் போராட்டமும்

-ஆங்கிலத்தில்: சிவ் விஸ்வநாதன்

தங்கள் விருதுகளைத் திருப்பியனுப்பியதன் மூலம் நயன்தாரா சாஹல், அசோக் வாஜ்பேயி ஆகியோர் நரேந்திரமோடி நிராகரித்துவிட்ட இரண்டு கடமைகளை - ஒரு குடிமகனின் வாழ்வதற்கான உரிமை, கலைஞனின் படைப்பாக்க உரிமை ஆகியவற்றைப் பாதுகாத்து உயர்த்திப் பிடித்தல் ஆகியவற்றை - நினைவூட்டியிருக்கிறார்கள். தங்களுடன் உள்ள பிற எழுத்தாளர்கள் மற்றும் இலக்கிய நிறுவனங்களின் மௌனத்தைக் குறித்தும் அவர்களது கவலை உணர்வு எழுந்துள்ளது.

தனது 88 ஆம் வயதிலும் தொடர்ந்து எழுதிவரும் நயன்தாரா சாஹல், எழுதும்கலை உண்மைக்குக் கடமைப்பட்டதாக இருக்கவேண்டும் என்பதை இந்தியாவுக்கு நினைவுபடுத்தியுள்ளார். ஓர் எழுத்தாளருக்குக் கருத்துகளில் மாறுபாடுகொள்வது இப்போது ஒரு வாழ்க்கை முறையாக உருவாகி வருகிறது. கருத்து வேறுபாடு கொள்வதில் ஓர் அரசியல் இருக்கிறது என்பதைப் பலர் புரிந்துகொள்வதில்லை. கருத்துமாறுபாடு கொள்வது ஓர் அலைக்கு எதிராக நிற்கும், பெரும்பான்மையின் அடாவடித்தனத்தை எதிர்க்கும் தைரியமான நடவடிக்கை. கருத்து மாறுபாடு என்பதே ஒரு கும்பலை எதிர்த்து நின்று ஒற்றைக்குரல் மூலம் மௌனத்தைக் கிழிக்கத் துணையில்லாமல், ஒருவர் தன்னந்தனியாக மேற்கொள்ளும் நடவடிக்கை ஆகும்.

இந்தியாவில் சற்று அதிகமான எண்ணிக்கையினர் கருத்துமாறுபாட்டால் எழும் பொறாமையால் பாதிக்கப்பட்டுள்ளார்கள். நயன்தாரா சாஹல் எதிர்த்த மறுநிமிடமே சிலர் அதை ஒரு குழந்தையின் - பணக்காரக் குழந்தையின் கோபம் எனப் புறக்கணிக்க விரும்பினார்கள்.

இந்தத் தந்திரம் மிகவும் சுவையானது. சிலர் அதைத் ‘தேர்ந்தெடுக்கப்பட்ட அட்டூழியம்’ எனப் பெயரிட்டார்கள். நீங்கள் எதை எதிர்த்துப் போராடத் தேர்ந்தெடுக்கிறீர்களோ அந்த அநீதியின் களத்தைப் புரிந்துகொள்ள முடியாத இத்தகைய புறக்கணிப்புகள், நீங்கள் தொழில்முறையான கலகக்காரராக இருக்கவேண்டும் என்பதைக் குறிப்பால் தெரிவிக்கின்றன. சிலர் சாஹலை நேருவின் காலத்தில் பயன்பெற்றவர் எனக்கருதுகிறார்கள். ஆனால், அவர் நேருவின் தலைமுறையைச்சார்ந்த பலரைப்போல் இல்லாமல், தனது சொந்தப்பெயரிலேயே சாதனைகளை நிகழ்த்தியவர். அவர் தனது சொந்த வாழ்வில் அழகியல் உணர்வையும், தைரியத்தையும் தனது சொந்தப் படிப்பால் கொண்டுவந்து சேர்த்தவர்.

சாஹலின் எதிர்ப்பு வெறும்கோபத்தில் வெடித்ததல்ல. அது ஒரு காரணத்தோடு இணைந்த கருத்துவேறுபாட்டு நடவடிக்கை. ஆம். அவர் சிலவற்றைப்பற்றி ஆழ்ந்து உணர்ந்ததன் காரணமாக ஏற்பட்ட வலியால் எழுந்த துன்பக்குரல் அது. தன்னுடைய சக எழுத்தாளர்களும், கல்வியாளர்களும் மரணிப்பதற்காகச் சுடப்படக்கூடாது என அவர் வலியுறுத்தினார். பாரதிய ஜனதா கட்சியில் அரசியலைச் சரிப்படுத்த ஏற்றுக்கொள்ளப்பட்ட வடிவம் மௌனமாக இருப்பது ஒன்றுதான் என்றானபோது இந்த எதிர்ப்பு எழுந்துள்ளது.

நெருக்கடிநிலைக் காலத்தில்

கடந்த காலங்களில் இத்தகைய பல்வேறு தருணங்களில் சாஹல் வெளிப்படையாகப் பேசுவதைத் தேர்ந்தெடுத்தார். நெருக்கடிநிலைக் காலத்தில் இவரது எதிர்ப்பு அவரைப் புகழ் பெற்றவராக ஆக்கியது. அருண்ஷோரி, குல்தீப் நய்யார், ஜார்ஜ் ஃபெர்ணாண்டஸ், ரஜினி கோத்தாரி ஆகியோரோடு சேர்ந்து எதிர்ப்புக்கான கட்டமைப்பை உருவாக்கினார். இதே உணர்வோடும், மிகுந்த கவனத்தோடும் இப்போது அவர் வரைந்த எதிர்ப்புக் கடிதத்தையும் பார்க்கவேண்டும்.

அரசியல் சாசனத்தில் அளிக்கப்பட்ட உறுதிமொழி பற்றிய ஹமீத் அன்சாரியின் கடிதத்தைக் குறிப்பிட்டே சாஹல் தனது கடிதத்தைத் துவக்குகிறார். ‘கருத்து மாறுபாடு கொள்வதற்கான உரிமை’ ஓர் எழுத்தாளரின் ‘வாழ்வதற்கான உரிமை’யின் ஒருபகுதியாகும். ஓர் அறிவுஜீவியின் வாழ்க்கை என்பது வெறுமனே சிந்திக்கும் வாழ்க்கை அல்ல. அது மதிப்பியல்களை வடிவமைத்து, ஒரு நாகரீக சமுதாயம்

எப்படி இருக்கவேண்டும் என்ற சிந்தனையை உருவாக்குவது ஆகும். சாஹல் செய்தது சரியே. இந்தியாவின் கலாசாரமும், பன்முகத்தன்மையும் வலுவிழந்ததாக ஆக்கப்பட்டுத் திரிக்கப்பட்டுள்ளது.

சாஹலின் எதிர்ப்பு நடவடிக்கை ஒரு தனிப்பட்ட நிகழ்வின் முடிவால் எழுந்ததல்ல.. கலாசாரத்தை வலுவிழக்கச்செய்து, அறிவார்ந்த உயிர்த்துடிப்புமிக்க வாழ்வை அழித்தொழிக்க விரும்பும் ஒரு கும்பல் ஒரு குடை நிழலின்கீழ் திட்டமிட்ட திடீர்த் தாக்குதல்களால் எழுந்ததாகும். மணிப்பூரின் மோசமான காவல்கொள்கை, கல்வித்துறைக் காவலர்களோடு ஒழுக்கநெறிக் காவலர்களாகத் தங்களைக் கருதிக்கொள்பவர்கள் இணைந்துகொண்டு தேசிய மற்றும் மாநில அளவில் பாடத்திட்டங்களைத் திரித்து எழுதுவது, எம்.எம்.கல்புர்கி போன்ற சிந்தனையாளர்கள் வன்னெஞ்சம்கொண்டு கொல்லப்படுவது போன்ற அலையலையான நடவடிக்கைகளும், நிகழ்வுகளும்கொண்ட ஒருபோக்கு உருவாகி வருகிறது என்பதைச் சுட்டிக்காட்டுகிறார். ஒவ்வொரு நிகழ்வும் அதனதன் அளவில் மோசமானது. ஆனால், அவற்றையெல்லாம் தொகுத்துப் பார்க்கும்போது சமுதாயத்தைப்பற்றிக் கவலைகொள்ளச் செய்கிறது. அதன் உச்சகட்டமாக நடந்ததுதான் தனது வீட்டில் மாட்டிறைச்சியைச் சமைத்தார் என்ற சந்தேகத்தின் பேரில் இரும்பைப் பழுதுபார்க்கும் ஒரு கொல்லர் கூட்டுக்கொலை செய்யப்பட்ட நிகழ்வு.

இந்தச் சதித்திட்டத்தில் உள்ள தீமையை இலக்கியம் கண்டுணராவிட்டால் வேறு யார் கண்டுணர்வார்கள்? இலக்கியத்தை எப்போதும் சமுதாயத்துக்குச் சொந்தமாக்கிக்கொண்டவர் - குறிப்பாகத் தான் விமர்சிக்கும் அதேசமுதாயத்தை அறிவுலகத் தணிக்கையோடு, கலாசாரத் தணிக்கையும் சேர்ந்துகொண்டு புத்தகங்களுக்குத் தடை, திரைப்படங்களுக்குத் தடை ஆகியவற்றோடு உணவுகளுக்கும் தடை விதிக்கப்படும்போது நமது சமுதாயத்தைக் கட்டாயக் காவலில் வைக்கும் பெரும்பான்மையின் அடாவடித்தனம் துவங்கிவிட்டது என்பதை ஒவ்வொருவருக்கும் உணரவைக்கிறார்.

சமுதாயத்தில் உள்ள ஒரு குறிப்பிட்ட அநீதியைமட்டும் சீர்திருத்த வேண்டும் என ஓர் எழுத்தாளர் பார்ப்பதில்லை. ஒரு நாகரிகத்தின் உணர்வுபற்றிய எச்சரிக்கையின் அடையாளமாக, காலத்தின் நம்பிக்கைக்குரிய பாதுகாவலராக சாஹல் ஒரு கூர்முனைகொண்ட மண்வாரியை இசைக்கிறார். சிலர் 80 வயதுகளில் ஒருவருக்குக் கோப உணர்வோ, அல்லது தெளிவோ இருக்காது எனக்கருதுகிறார்கள். அவருக்கு வயது முப்பத்தெட்டா அல்லது எண்பத்தெட்டா என்று பார்ப்பது நியாயமற்றது. ஒரு நிறுவனம் கிழடு தட்டிப்போகும்போது அது

மற்றவர்கள் ஒவ்வொருவருக்கும் அறிவுக் குழப்பம் ஏற்பட்டுவிடுகிறது எனக்கருதுகிறது.

எல்லா வகையிலும் பா.ஜ.க. இரண்டு பதிவேடுகளைப் பராமரித்து வருகிறது. நயன்தாரா சாஹல் நெருக்கடி நிலையை எதிர்த்தபோது அவர் ஒரு நட்சத்திர அந்தஸ்து கொண்ட சாட்சியம். ஆனால், அவரே நரேந்திரமோடிக்கு ஆட்சேபம் தெரிவிக்கும்போது அவர் வீண்பழியைத் 'தயாரிப்பவராகி'விடுகிறார்! அவரது நோக்கம் சந்தேகத்துக்குரியதாகி விடுகிறதாம்! அகாதெமியின் தலைவரோ இலக்கிய ரீதியாக மனதைப் புண்படுத்தும்வகையில், சாஹல் 'ஏற்கனவே தனது புத்தகத்துக்கான பயன்களைக் கறந்துவிட்டார்' என்ற பழிச்சொல்லைத் தயாரிக்கிறார். இதுதான் அவரது குணாதிசயம். அது இப்போது வெளிப்படுகிறது. முதலாவதாக அவர் ஒரு விருதின் அடையாள மதிப்பைப் புரிந்துகொள்ளவில்லை. இரண்டாவதாக, அது வாடகைக்கு விடப்படக்கூடிய ஒரு துண்டு நிலம் என்று நினைக்கிறார். இதுதான் பா.ஜ.க. ஆட்சிக் காலத்தின்கீழ் உள்ள மனநிலை. அகாதெமியின் 'தலைவர்' என்பதை 'கமிசார்' என்று மாற்றிப் பார்த்தால் சூழ்நிலை மிகவும் தெளிவாகிறது!

சாஹலைப் பொருத்தவரை சமீபகாலக் கொடூர நிகழ்வுகள் சாதாரணமானவையோ அல்லது அபூர்வமான அரிதான ஒன்றோ அல்ல. அவை ஒரு மனப்போக்கை நிலைநிறுத்துகின்றன. நிலைமையை மேலும் மோசமாக்குவதற்கு வன்முறைச் செயல்கள் மௌனத்தால் எதிர்கொள்ளப்படுகின்றன. படைப்பாற்றல் மற்றும் கற்பனைகளின் பாதுகாவலராக இருக்கவேண்டிய 'அகாதெமி'க்காரர்களோ மௌனத்தில் இருக்கிறார்கள். அவர்கள் கையாலாகாதவர்களாக உள்ளார்கள். அவரது கடிதத்தின் கடைசிவரிகள் தெளிவோடும், கவனத்தோடும் அமைந்துள்ளன. 'யார் கொலை செய்யப்பட்டார்களோ அந்த இந்தியர்களின் நினைவாக, கருத்துமாறுபடும் உரிமையை உயர்த்திப்பிடித்து எல்லா இந்தியர்களுக்கும் ஆதரவாக நிற்கவேண்டிய கருத்துமாறுபாட்டாளர்கள் அச்சத்தோடும், உறுதியற்ற நிலையிலும் வாழும்போது நான் எனது சாகித்திய அகாதெமியின் விருதைத் திருப்பியனுப்புகிறேன்.'

இலக்கிய நிறுவனங்களின் கோழைத்தனம்

சாஹலைத்தொடர்ந்து தனது விருதைத் திருப்பியனுப்பிய அசோக் வாஜ்பேயி அந்த நடவடிக்கைக்குப் பொருத்தமான உணர்வைக் கட்டமைத்திருக்கிறார். சாஹலின் செயல் பொறுக்கியெடுக்கப்பட்ட

ஆங்கில எழுத்தாளர்களின் குழுவிலிருந்து வந்த, தொப்பூழ்துளையிலிருந்து கூர்ந்து நோக்கிய ஒன்று அல்ல என்பதையும் இத்தகைய நிகழ்வுகளை மிகுந்த கவலையுணர்வோடு கண்டறியும் முயற்சி இது என்பதையும் மக்களுக்கு நினைவுபடுத்துகிறார். அவர்களது கோபம் - தங்கள் மேலுதடுகளை இறுக்கிவைத்துக்கொண்டுள்ள தங்கள் சொந்த ஆங்கில, இந்தி எழுத்தாளர் சமுதாயத்தை நோக்கியதாகவும், இலக்கிய நிறுவனங்களின் கோழைத்தனத்தையும், குற்றங்களுக்கு உடந்தையாக இருப்பதையும் நோக்கியதாகவும் - இரண்டு கூறுகளைக்கொண்டுள்ளது. அவர்கள் ஒரு விருதைமட்டும் வெறுமனே திருப்பியனுப்பவில்லை, அவர்கள் மௌனம் சாதிக்கும் ஒருகுற்றத்தை எதிர்த்துக் கண்ணியத்துடன் போராடுகிறார்கள். அது அழுத்தமாக முன்செல்கிறது.

இந்தக்கடிதம் பிரதமரை நேருக்குநேர் விவாதத்துக்கு அழைக்கும் ஒரு முயற்சியும் ஆகும். பிரதமர் அயல்நாடுவாழ் இந்தியர்களிடம்(NRI) வாய்கிழியப் பேசும்போது இங்கே நமது தாய் நாட்டில் எழுத்தாளர்களும், சாதாரணக் குடிமக்களும் கொலை செய்யப்படுகிறார்கள். அந்தக்கடிதம் இதற்குப் பதிலளிக்குமாறு பிரதமரைக் கேட்டுக்கொள்கிறது அது பிரதமர் புறக்கணிக்கும் இரண்டு சமுதாய ஒப்பந்தங்களை நினைவுபடுத்துகிறது. முதலாவது ஒப்பந்தம் 'வாழ்வதற்கான உரிமை'யை உயர்த்திப்பிடிக்கும் குடிமக்களுக்கும், அரசுக்கும் இடையிலான ஒப்பந்தம். இரண்டாவது ஒப்பந்தம் - எப்போது ஓர் எழுத்தாளர் அகாதெமியின் விருதை ஏற்றுக் கொள்கிறாரோ அப்போது அரசு அந்த எழுத்தாளரின் படைப்பாற்றல் மற்றும் சுதந்திரத்தை அங்கீகரிக்கிறது என்பதாகும்.

கருத்து மாறுபாடு கொள்கிறவர்கள் கொலைசெய்யப்படும்போதும், அப்பாவிக் குடிமக்கள் மாட்டிறைச்சி சமைத்தார்களா என்ற வெற்றுச் சந்தேகத்தின்மீது கொலைசெய்யப்படும்போதும் அரசு அந்த இரண்டு ஒப்பந்தங்களையும் அலட்சியப்படுத்துகிறது. சாஹலும், வாஜ்பேயியும் அந்த இரண்டுகடமைகளையும் நியாயமற்றமுறையில் அரசு மறுப்பதை நினைவூட்டுகிறார்கள். இத்தகைய தருணங்களில் பிரதமரின் மௌனம் பிரச்சனைக்குரியதாகிறது. அந்த மௌனம் குற்றங்களை அங்கீகரிக்கிற, குற்றத்துக்குத் தானும் உடந்தையாக இருக்கிற, குற்றங்களைக் கண்டும் காணாமலும் அலட்சியப்படுத்துகிற, குற்றங்களை மறுக்கிற, குற்றச்செயல்பாடுகளுக்கு உள்கையாக இருக்கிற, குழப்புகிற, காலம்கடத்துகிற செயல்களின் அடையாளமா? இத்தகைய கள்ளமௌனம் ஜனநாயகத்தின்மீது மிகப்பெரிய சந்தேகத்தின் நிழலைப் படரச்செய்கிறது என்பதைத்தவிர வேறு எதையும் ஒருவராலும் அறிந்துகொள்ள முடியவில்லை.

கோயபெல்ஸியக் கோமாளிக்கூத்து

அதிர்ச்சியூட்டுவதாகவும், மனம் புண்படச் செய்வதுமான இந்த மௌனம், நடைபெற்றுவரும் கொலைகளையும், அடாவடித்தனங்களையும் நியாயப்படுத்திப் பேசும் பிரதமர் மோடியின் அமைச்சர்களின் சிறுபிள்ளைத்தனங்களைக் காண்பவர்கள் இவர்கள் தெருப்பொறுக்கிகளா? அல்லது பொறுப்புமிக்க அமைச்சர்களா? என்று ஆச்சரியப்படுகிறார்கள். எப்போதும் தனது வழக்கம்போல பணிவுடன் விளங்கும் வாஜ்பேயிகூட, 'பிரதமர் அவர்களை ஏன் வாயை மூடிக்கொண்டிருக்கச் சொல்லக்கூடாது?' எனச் சுற்றிவளைக்காமல் நேரடியாகக் கேட்கிறார். பா.ஜ.க. அரசியல்வாதிகள் அரங்கேற்றுகிற கோயபெல்ஸியக் கோமாளிக்கூத்துகள் கவலையளிக்கின்றன. வன்முறை வெறியாட்டங்களைத் தொடர்ந்து, திட்டமிட்டவகையில் காயங்களின்மீது அவமானச் சேற்றை அப்புவதுபோல இது காணப்படுகிறது.

மோடியின் மௌனத்தையும், அவரது அமைச்சர்களின் கோமாளித்தனங்களையும் தொடர்ந்து வருவது அகாதெமியின் நடத்தைக்கோலங்கள். எப்பொழுது ஓர் அகாதெமி நெருப்புக்கோழி போலத் தனது தலையை மண்ணுக்குள் புதைத்துக்கொள்கிறதோ அப்பொழுதே அகாதெமி கலாசாரத்தின் புதிய காவலர்களின் ஒரு பகுதியாக மாறி அவர்களுக்கு இடமளிப்பதாக அமைந்துவிடுகிறது. மௌனம், கண்டும் காணாமலிருத்தல், உடந்தையாக இருத்தல் என்ற இந்த மூன்றுவிதமான நடவடிக்கைகளும் சகிப்புத்தன்மையின்மை என்ற சூழலை உருவாக்கிச் சந்தேகத்தையும், அச்சத்தையும் ஏற்படுத்துகிறது. ஏற்றுக்கொள்ளவே முடியாத இந்த நிலையைப் பற்றித்தான் சாஹலும், வாஜ்பேயியும் பேசுகிறார்கள். கலாசாரத்தைப் பாதுகாப்பதில் ஓர் எழுத்தாளருக்கு இருக்கவேண்டிய பொறுப்புணர்வையும், தமது படைப்பாற்றலின் ஒரு பகுதியான தன்னுரிமையையும் அவர்கள் உறுதிப்படுத்துகிறார்கள்.

ஓர் எழுத்தாளரின் சமூகப்பொறுப்புணர்வு, அவரது படைப்பாற்றலின் அரசியல் ஆகிய இரண்டையும் சாஹல் நன்கு புரிந்துவைத்திருக்கிறார். தனக்கு அளிக்கப்பட்ட சலுகைகளால் தான் கெட்டுப்போய்விடவில்லை என்பதை சாஹல் வெறுமனே கூறவில்லை. அவை மிகவும் அற்பமானவை. வலிமைகுறைந்த குடிமகனைப்போலவே மேல்தட்டினரும் ஜனநாயகத்தின் மேன்மைபற்றி உணர்ந்திருக்கிறார்கள் என்பதை ஒவ்வொருவரும் அறிந்துகொள்ள வேண்டும். 'அரசியல் கற்பனைகள்' (The Political Imagination) என்ற தனது கட்டுரைத்தொகுப்பில் சாஹல் அரசியல் நிலைப்பாடு தவிர்க்க முடியாதது என எழுதுகிறார். 'சமுதாயத்திலிருந்து மிகவும்

விலகித் தனித்துவாழும் ஒரு கலைஞருக்கும்கூட ஒரு நிலைப்பாடைக் கட்டாயம் எடுக்கவேண்டிய நேரம் வந்தே தீரும்' என்கிறார். கலைக்கான சுதந்திரம் தடைசெய்யப்படும்போது, வாழ்க்கைக்கும் இலக்கியத்துக்குமான நிர்ப்பந்தங்களும் அதுபோலவே ஆகும் என்று சாஹல் பார்க்கிறார். நயன்தாரா சாஹல் இதை எழுத்துக்கலையின் ஒரு பகுதியான உண்மை என அங்கீகரிக்கிறார்.

யூ.ஆர். அனந்தமூர்த்தி தான் இறப்பதற்குச் சில வாரங்களுக்குமுன் எதை எழுதினாரோ அதை எதிரொலிக்கும் வகையில் சாஹல் அதன் வெளிப்படையான தொடர்ச்சியாகச் செயல்படுகிறார். அனந்தமூர்த்தி ஒருவேகத்தில் தனது கவிதை நூலில் மோடி தலைமையின்கீழ் உள்ள இந்தியாவில் தான் வாழவிரும்பவில்லை என எழுதினார். சில நூறு பக்கங்கள்கொண்ட ஓர் அறிக்கையில் - அதைப் பிரகடனம் என்றுகூட எடுத்துக்கொள்ளலாம் - சாவர்க்கரிலிருந்து மோடி வரை முன்மொழியப்பட்ட மிருகத்தன்மைகொண்ட, இரக்கமற்ற 'தேசிய அரசின் போக்குகளை' அவர் தேடிக்கண்டுபிடித்தார். அது கன்னடமொழியில் எழுதப்பட்ட மிகவும் சக்திவாய்ந்த இடித்துரையாகும். அது இன்னும் ஆங்கிலத்தில் மொழிபெயர்க்கப்படவில்லை.

மோடியைப் பின்பற்றுபவரான கிரிராஜ் சிங் உடனடியாக, மோடியின் இந்தியாவில் இருக்க விரும்பாதவர்கள் பாக்கிஸ்தானுக்குச் செல்ல ரயிலில் ஏறிக்கொள்ளலாம் என்றுகூறி வியப்பை ஏற்படுத்தினார். இத்தகைய கொடூரமான சகிப்புத் தன்மையின்மையை இன்று தெளிவாகப் பார்க்கமுடிகிறது. இதேபோன்ற எதிர்வினையை ஆயிரக்கணக்கான வகைகளில் ஒவ்வொருவரும் எதிர்கொள்ளவேண்டியிருக்கிறது. அரசியல் ரீதியாக எது வெளிப்படையக உள்ளதோ அதை சாஹல் கூறுகிறார்.

இந்தியாவின் ஜனநாயகத்தை, அதன் கலாசாரப் பன்முகத்தன்மையை, மதச்சார்பின்மையை மிக நீண்டகாலத்துக்கு எவர் ஒருவரும் இனிமேல் சொந்தம் கொண்டாட முடியாது என்ற நிலையை இந்தியா அடைந்துவிட்டது. இத்தகைய தருணங்களில் ஓர் எழுத்தாளர் மௌனம் சாதிப்பது மன்னிக்கப்பட முடியாதது.

- கட்டுரையாளர் சிவ் விஸ்வநாதன் 'ஜிண்டால் ஸ்கூல் ஆஃப் கவர்ன்மெண்ட் அன்ட் பப்ளிக் பாலிஸிஸ்' -இன் பேராசிரியர்.)

நன்றி: The Hindu, 12.10.2015

கஷ்மீர்: ஜெனரல் டயரின் காலத்தை நோக்கி இந்தியா

-பார்த்தா சாட்டர்ஜி
சமூக அறிவியலாளர்- வரலாற்றியலாளர்

1919இல் பஞ்சாபில் பிரிட்டிஷ் இந்திய ராணுவம் முன்னெடுத்துச்சென்ற நடவடிக்கைகளுக்கும், இன்று கஷ்மீரில் இந்திய ராணுவம் மேற்கொண்டு வரும் பாதுகாப்பு நடவடிக்கைகளுக்கும் இடையே உறையவைக்கும் ஒற்றுமைகள் உள்ளன.

"இது எனது கடமை - எனது கொடூரமான, அசிங்கமான கடமை" அந்த ராணுவத்தளபதி விளக்கமளித்தான். "மிகவும் கசப்பான மற்றும் கொடூரமான இந்தக்கடமையைச் செய்வதா? அல்லது ஒழுங்கீனத்தை அடக்குவது அல்லது எதிர்காலத்தில் சிந்தப்போகும் எல்லா ரத்தப்பெருக்குக்கும் பொறுப்பேற்கும் எனது கடமையை நிராகரிப்பதா? என்ற விருப்பத்தேர்வு என்னிடம் இருந்தது. அது வெறுமனே கூட்டத்தைக் கலைக்கும் பிரச்சனையாக மட்டும் இருக்கவில்லை. ராணுவத்தின் கண்ணோட்டத்தில் அங்கே இருந்தவர்கள் மீது மட்டுமல்ல, மிகவும்குறிப்பாக, பஞ்சாப் முழுவதும் தேவையான அளவுக்கு மனதளவிலான தாக்கத்தை ஏற்படுத்துவதாகவும் இருந்தது. மட்டுமீறிய கொடூரத்தை ஏற்படுத்துவது பற்றிய எந்தவிதமான கேள்விக்கும் இடமில்லை."

இவை இந்திய வரலாற்றில் "பஞ்சாப்பின் கசாப்புக்காரன்" என்று அறியப்பட்ட (தற்காலிக) பிரிகேடியர் ஜெனரல் ரெஜினால்ட் டயரின் வார்த்தைகள். அவன் தனது 1919 ஏப்ரல் உத்தரவுகளின்படி, நிராயுதபாணிகளாக 20,000 பேர் ஜாலியன்வாலாபாக்கில் கூடியபோது, அவனது துருப்புகள் 10 நிமிடங்களில் 650 சுற்றுக்கள் சுட்டதை நியாயப்படுத்தினான். அதிகாரப்பூர்வ எண்ணிக்கையின்படி 379 பேர் கொல்லப்பட்டார்கள். ஆனால், உள்ளூர் தகவல்கள் ஆயிரத்துக்கும் மேற்பட்டோர் என்று தெரிவித்தன. இந்த நிகழ்வுகள் இந்தியாவின் தேசிய

அரசியலில் ஏற்படுத்திய விளைவுகள் நினைவில் நிலைத்திருக்கும் வகையில் இந்தியாவில் உள்ள ஒவ்வொரு பள்ளிக் குழந்தைக்கும் தெரியவந்துள்ளது.

இனிமையற்ற ஒரு பிரதிபிம்பம்

ஒருவர் கண்ணாடியில் பார்க்கும்போது சிலசமயங்களில் அடையாளம் காணமுடியாத ஒரு முகத்தை- மிகமோசமான ஒரு புதியவனின் அருவருப்பான முகத்தைக் காணும்போது அதிர்ச்சி அடைகிறார். தேசிய இனங்களின் ஓர் அரசாக நாம் இப்போது ஜெனரல் டயரின் காலத்துக்கு வந்துவிட்டோம் என்பதை பெரும்பாலான இந்தியர்களுக்கு நம்புவது கடினமாக இருக்கும். ஆனால், கவனமானதும், தனித்தும் காணப்படும் பிரதிபலிப்பு, 1919இல் பஞ்சாப்பில் பிரிட்டிஷ் இந்திய ராணுவத்தின் நடவடிக்கைகளை நியாயப்படுத்த முன்வைக்கப்பட்டவற்றுக்கும், இன்று - ஒரு நூற்றாண்டுக்குப் பிறகு- கஷ்மீரில் இந்திய ராணுவத்தின் நடவடிக்கைகளை நியாயப்படுத்த முன்வைக்கப்படுவனவற்றுக்கும் இடையே நம்மை உறையவைக்கும் வகையில் ஒத்ததன்மை இருப்பதைக் காட்டுகின்றன.

ஜம்மு-கஷ்மீரில் அண்மையில் ஒரு இடைத்தேர்தலின்போது -அதில் 7% வாக்குகளே பதிவாயின - ஒரு வாக்குச்சாவடியின் மீது கற்களை வீசும் கூட்டத்திலிருந்து பாதுகாப்பளிக்க அழைக்கப்பட்ட மேஜர் லீதுல் கோகாய், பாதுகாப்புப் படைகளின்மீது கூட்டத்தினர் கல்வீசுவதைத் தவிர்ப்பதற்காக, மோட்டர் பைக்-கில் சென்றுகொண்டிருந்த தர் என்பவரை ராணுவ ஜீப்பின் முன்பகுதியில் கட்டி தெருக்களில் அணிவகுப்பாக ஓட்டிச்சென்றார். இந்த நிகழ்வின் ஒளிப்படக்காட்சிகள் ஏப்ரல் 14 அன்று - ஜாலியன்வாலாபாக் படுகொலைகளை உலகம் அறிந்துகொண்ட அதே நாளில்- ஊடகங்களில் சுற்றுக்கு விடப்பட்டு பரவின. இதனால் அதிர்ச்சியடைந்த பொதுமக்கள் கேள்விகளைக் கேட்கத் துவங்கினார்கள். எனவே, பின்வாங்கிய ராணுவம் ஒரு நீதிமன்ற விசாரணைக்கு உத்தரவிட்டது. ஆனால், அதனுடைய அறிக்கை வெளியிடப்படுவதற்கு முன்பே ஜெனரல் பிபின் ராவத் உள்நுழைந்து, கஷ்மீரில் கிளர்ச்சியாளர்களுக்கு எதிரான நடவடிக்கைகளில் கோகாய் ஆற்றிய தனிப்பட்ட சேவைகளைப் பாராட்டி ஒரு நற்சான்றிதழ் வழங்க முன்வந்தார்.

அதைத்தொடர்ந்து ராவத் ஒரு பத்திரிகை நேர்காணலில் மேஜர் கோகாயின் உத்திகளை, அவர் கையாண்ட வழிமுறைகளை “ஏதோ

தவிர்க்கவேண்டிய ஒன்று அல்ல. ராணுவத்தின் பயணமுறைகளில் உருவான புதியகட்டத்தின் பகுதிகளில் ஒன்றுதான்" என்று ஒரு நீண்ட விளக்கத்தின் மூலம் நியாயப்படுத்தினார். மத்திய அரசின் மூத்த அமைச்சர்களின் அறிக்கைகளால் மிகவும் வலுவாக ஆதரிக்கப்பட்ட ராவத்தின் நேர்காணல், கஷ்மீர் பிரச்சனையைக் கையாள ஒரு புதிய அரசியல்-ராணுவ செயல்திட்டம் உருவாகியுள்ளதைக் குறிப்பாக உணர்த்தியது. அந்த ஜெனரல் ராவத் கூறினார்: "இது ஒரு அசிங்கமான போர். இங்குதான் புதிய கண்டுபிடிப்புகள் உருவாகின்றன. கற்களை வீசும் கூட்டத்தினரிடமிருந்து தனது ஆட்களைப் பாதுகாக்க அந்தக் கூட்டத்தினர்மீது துப்பாக்கிச்சூடு நடத்துவதைத் தவிர்க்க மேஜர் கோகாய் சாதாரண மக்களை மனிதக்கேடயமாகப் பயன்படுத்தும் புதிய உத்தியைக் கண்டுபிடித்தார்."

"எனது படைவீரர்கள் என்ன செய்வது என்று என்னைக் கேட்கும்போது, கொஞ்சம் பொறுத்திருங்கள். செத்துப்போய்விடுங்கள் என்று நான் கூறவேண்டுமா? நான் அழகான சவப்பெட்டியை ஒரு தேசியக்கொடியுடன் கொண்டுவந்து உங்கள் உடல்களை மரியாதையுடன் அனுப்பிவைப்பேன் என்று அவர்களின் தளபதி என்ற முறையில் அவர்களிடம் நான் கூறவேண்டுமா?" உண்மையில் துப்பாக்கிகளையோ, வெடிகுண்டுகளையோ பயன்படுத்தாத இந்தநாட்டின் குடிமக்களை எதிரிகளாக எவ்வாறு கையாள்வது என்ற சிக்கலில் ராணுவம் இருந்தது. அவர் கூறினார்: "உண்மையில் இந்த மக்கள் எங்கள்மீது துப்பாக்கிகளையோ எறிகுண்டுகளையோ பயன்படுத்தியிருக்கவேண்டும் என்று நான் விரும்பினேன். அப்படிச் செய்திருந்தால் நான் மகிழ்ச்சி அடைந்திருப்பேன். அதன்பிறகு நான் என்ன செய்யவேண்டுமோ..." என்று முடிவுபெறாத வாக்கியத்தைக் கூறினார். ஆனால், அது அவர் என்ன நினைக்கிறார் என்பதைத் திகிலூட்டும் வகையில் வெளிப்படையாகத் தெரிவித்தது. எந்தவிதமான கட்டமைப்பும் இல்லாத, வழக்கத்துக்கு மாறான எதிரிகளாகக் கிளர்ச்சியில் ஈடுபடும் மக்களைக் கையாளும்போது அவர் தனது ராணுவத்தின் உணர்வுகளையும் சிந்திக்கவேண்டியிருந்தது. "அதுதான் எனது வேலை" என்றார் அவர். "நான் எப்போதும் எனது வீரர்களிடம் கூறுவேன், விஷயங்கள் தவறாகப் போகலாம். ஆனால், அப்படித் தவறாகப் போகும்போது, நீங்கள் தவறான நோக்கத்துக்குச் சென்றுவிடக்கூடாது. அங்கு நான் இருப்பேன்" என்றார். ஜெனரல் ராவத் கோகாய் எதைச்செய்தாரோ அதற்கு முழுவதும் ஆதரவாக இருந்தார்.

டயரின் புத்தம்புது வழிகள்

டயரும்கூட கிளர்ச்சியில் ஈடுபட்ட மக்களை எதிர்கொண்டான். ஒழுங்கை நிலைநாட்டுவதும், அரசின் அதிகாரத்தை நிலைநிறுத்துவதும் அவனது முழுமுதற்கடமையாக இருந்தது. நாட்டின் பிற பகுதிகளைப்போலவே அமிர்தசரஸிலும் ரௌலட் சட்டத்துக்கு எதிரான போராட்டங்கள் நடைபெற்றன. ஆனால், முக்கியமான தலைவர்களான சத்யபாலும், சைஃபுதீன் கட்ச்லேவும் கைது செய்யப்பட்டு பஞ்சாப்பிலிருந்து வெளியேற்றப்பட்டபிறகு நிகழ்வுகள் மோசமடைந்தன. பல்வேறு இடங்களிலும் கூட்டங்கள் கூடின. துருப்புகள்மீது கற்களை வீசின. அப்போது துருப்புகள் துப்பாக்கிகளால் சுட்டன. 12பேர் கொல்லப்பட்டார்கள். மாலையில் பல கட்டடங்களுக்கு கூட்டம் தீ வைத்தது. ஐந்து ஐரோப்பியர்கள் அடித்துக்கொல்லப்பட்டார்கள். டாக்டரான ஒரு ஆங்கிலப்பெண் இறந்ததாகக் கருதி விடப்பட்டார். பின்னர் அவர் மருத்துவமனையில் பிழைத்துக் கொண்டார். இரண்டு நாட்களுக்குப்பிறகு, பைசாகி திருவிழாவுக்காக ஜாலியன்வாலாபாக்கில் மக்கள் கூடியபோது அமிர்தசரஸ் வந்த டயர், பொதுமக்கள் கூடும் எல்லாக்கூட்டங்களும் சட்டத்துக்குப் புறம்பானவை என அறிவித்தான். அவர்களுக்கு எடுத்துக்காட்டாக அமையக்கூடிய விதத்தில் ஒரு பாடத்தைக் கற்பிக்கவும் முடிவு செய்தான்.

டயரும்கூட பஞ்சாப்பில் பிரிட்டிஷ் ஆயுதப்படைகளின் அதிகாரத்தை நிலைநாட்ட புத்தம்புது வழிகளைக் கண்டுபிடித்தான். கலகம் நடக்கும் இடங்களுக்கு போலீசை அனுப்புவதற்குப் பதிலாக தரைப்படையை அனுப்பும் இராணுவச்சட்டம் பிறப்பிக்கப்பட்டது. கூட்டு விசாரணைகள் நடத்தப்பட்டன. நூற்றுக்கும் மேற்பட்டவர்களுக்கு மரணதண்டனை விதிக்கப்பட்டது. அந்த நடைமுறை நிறுத்தப்படுவதற்குமுன் அவர்களில் 18பேர் பொதுஇடத்தில் தூக்கிலிடப்பட்டார்கள். ஊரடங்குச்சட்ட மீறலுக்கு மிகவும் பொதுவான தண்டனையாக பொதுஇடத்தில் கசையடி கொடுப்பது இருந்தது. ஆனால், டயரின் மிகவும் கொடூரமான கண்டுபிடிப்பாக, ஆங்கிலப்பெண் டாக்டர் ஷெர்வுட் அடிக்கப்பட்ட தெருவிலுள்ள சந்து ஒன்றைத் தரையில் தவழ்ந்து கடந்துசெல்வதாக இருந்தது. அந்தத்தெருவைக் கடந்து செல்ல விரும்புவோர் - அங்கேயே குடியிருப்பவர்களாக இருந்தாலும்கூட- தங்கள் வயிறு தரையில் படுமாறு நான்கு கால்களில் தவழ்வதுபோல தவழ்ந்துசெல்ல பணிக்கப்பட்டார்கள். அப்போது படைவீரர்கள் அவர்களை உதைத்தார்கள். துப்பாக்கிமுனையில் அழுத்தித் தள்ளினார்கள். டயர் தனது செயலை விசித்திரமான உடலசைவுடன் கீழ்த்திசை அறிவோடு விளக்கினான்: "அந்தத்தெரு ஒரு புனித இடமாகக் கருதப்படவேண்டும். கீழை

நாடுகளில் புனிதத்தலங்களை அங்கப்பிரதட்சிணம் செய்வதுபோலின்றி வேறுவகையில் கடந்துசெல்ல முடியுமா?" ஒரு ராணுவத்தினன் என்ற முறையில் அந்த மாகாணம் முழுவதிலும் ஒரு நன்னடத்தை விதியை உருவாக்குவதுதான் தன்னுடைய வேலை என்பதில் டயர் தெளிவாக இருந்தான். "இவர்கள் கலகக்காரர்கள். இவர்களை நான் கைகளில் உறைகளை அணிந்து உபசரிக்க முடியாது. ஆம். பஞ்சாப் முழுவதும் அவர்களது மனவுறுதியை மட்டுப்படுத்த நான் விரும்பினேன். கலகக்காரர்களின் நெஞ்சுரத்தைச் சீர்குலைக்க." அன்றைய நாளின் அவனது நடவடிக்கைகள் மக்களின்மீது நீடித்து நிலைக்கும் விளைவுகளை ஏற்படுத்துவதாக அமையவேண்டும் என்ற தேவையையும் அவன் தனது சிந்தனையில் கொண்டிருந்தான். "கூட்டத்தை வெறுமனே கலைப்பது மட்டும் போதுமானதல்ல. நான் அவர்களை சிறுது நேரம் கலைக்கலாம். பிறகு அவர்கள் அனைவரும் திரும்ப வருவார்கள். என்னைப் பார்த்துச் சிரிப்பார்கள். அவ்வாறு அவர்களை சிறிதுநேரம் மட்டும் கலைப்பது என்னை நானே முட்டாளாக்கிக் கொள்வதாகும் என்று நான் கருதினேன். அங்கு தேவைப்பட்டது என்னவென்றால் அரசின் முழுஅதிகாரத்தை நிலை நிறுத்துவது மட்டுமே."

ஜெனரல் ராவத்தும்கூட அமைதியாக இருக்கும் இயல்புள்ள, படைத்துறை சாராத மக்கள் கூட்டத்தின்மீது ராணுவத்தின் அதிகாரத்தைத் தொடர்ந்து பராமரிப்பதுபற்றி ஒளிவுமறைவற்றவராக இருந்தார். "எதிராளிகள் உங்களைக்கண்டு பயப்படவேண்டும். அதே நேரத்தில் உங்கள் மக்களும் உங்களிடம் பயம்கொண்டிருக்கவேண்டும். நாம் ஒரு நேசப்பூர்வமான ராணுவம். ஆனால், சட்டம் ஒழுங்கை நிலைநாட்ட நாம் அழைக்கப்படும்போது மக்கள் நம்மைக்கண்டு பயப்படவேண்டும். எனவே, வன்முறைக்கும்பலைக் கையாளும்போது எதிர்காலத்தை மனதில்கொண்டு புதுப்புது வழிமுறைகளைக் கண்டுபிடிக்கவேண்டும். நாளை அனந்த்நாக்-கில் தேர்தல்கள் நடைபெறவேண்டும். இதுபோன்ற வன்முறை நிகழ்வுகள் நடைபெறக்கூடும். உதவிகோரும் அழைப்புகளுக்கு ராணுவம் செவிசாய்க்காவிட்டால், நாம் பாதுகாக்கும் மக்களுக்கும், காவல்துறைக்கும், ராணுவத்துக்கும் இடையேயான நம்பிக்கை சீர்குலைந்துவிடும். அவ்வாறு நடைபெற நான் அனுமதிக்கமாட்டேன்."

ஒருதேசத்தின் ராணுவம் தனது அதிகாரத்தை நிலைநாட்ட அதைக்கண்டு, அதன் சொந்த மக்களே பயப்படவேண்டும் என்று எப்போது நம்பத்துவங்குகிறது?

ஆளுநர் மைக்கேல் ஓ'ட்வையர் தலைமையிலான பிரிட்டிஷ்

அதிகாரிகள், காங்கிரஸ் தலைவர்களால் 1857லிருந்து அதுவரை இல்லாத அளவுக்கு பிரிட்டிஷ் ஆட்சிக்கு எதிராக இந்த நாடுமுழுவதும் மிகப்பெரும் சட்ட ஒழுங்கு சீர்குலைவை ஏற்படுத்த மாபெரும் சதி உருவாக்கப்பட்டுள்ளது என நம்பியதால் ஆத்திரம்கொண்டு தேவையற்றவகையில் ஜாலியன்வாலாபாக் படுகொலைகளை நிகழ்த்தினார்கள் என இன்றும்கூட பெரும்பான்மையான இந்தியர்கள் நம்புகிறார்கள். இந்தியாவிலிருந்த ஆளுநர் ஓ'ட்வையரும், மற்ற மூத்த அதிகாரிகளும்கூட "பஞ்சாப்பின் பாதுகாவலன்" என அழைத்து டயரை முழுமையாக ஆதரித்தார்கள். டயர் எடுத்த கொடூரமான நடவடிக்கைகள் பற்றி பிரிட்டனின் அரசியல் எதிர்வினைகள் ஓரளவு அறச்சிந்தனை கொண்டவைகளாகவே இருந்தன. இந்திய தேசியவாதிகள்மீது அன்புகொண்டிராதவரும், போரின் செயலாளருமான வின்ஸ்டன் சர்ச்சில் இத்தகைய நெறியற்ற, தேவையற்ற வன்முறைகளைக் கண்டு அருவருப்படைந்தார். இது ஒரு 'கோரமான நிகழ்வு' என்று அவர் கூறினார். 'தீயவை நிகழப்போவதன் அறிகுறியாகவும், தனிமைப்பட்டுப்போவதுமான ஒரு நிகழ்ச்சி இது' என்றார். அஸ்கொயித் கூறினார்: "நமது ஒட்டுமொத்த வரலாற்றிலும் இது மிகவும் மோசமான அட்டூழியம்." இந்தியாவின் அரசு செயலாளராக இருந்த எட்வின் மாண்டாகு ஒரு விசாரணைக்குழுவை அமைத்தார். அது சிலமாதங்களுக்குப் பின் 'தனது கடமையைப்பற்றி தவறான கருத்துகள் கொண்டிருந்ததாக' டயருக்குக் கண்டனம் தெரிவித்தது. அவனது 'தவழ்ந்துசெல்லும்' உத்தரவு 'அவமானப்படுத்தும் ஒரு நடவடிக்கை' என்றும், அது, 'குற்றவாளிகளைப் போலவே அப்பாவிகளையும் தண்டித்தது' அதன்மூலம் 'கசப்புணர்வுகளுக்கும், இனம்சார்ந்த் தவறான உணர்வுகளுக்கும்' காரணமானது என்றும் குறிப்பிட்டது. ஆனால், ஒட்டுமொத்த ஏகாதிபத்தியவாதிகளும், இந்தியாவோடு தொடர்புகளைக் கொண்டிருந்தவர்களும் டயர் பிரிட்டனுக்குத் திரும்பிவந்தபோது தொண்டைகிழிய அவனுக்கு ஆதரவளித்து அவனைப் போற்றிப்பாராட்டியதோடு அந்த நாட்களில் சிறிய தொகையாக இல்லாத 26,000 பவுண்டுகளை அவனுக்காகத் திரட்டினார்கள். உண்மையில் கொஞ்சகாலம் டயர் பிரிட்டனில் ஒரு தேசிய கதாநாயகனாக ஆனான்.

அரசியலையும் ராணுவத்தையும் கலப்பது

மேஜர் கோகாயின் பிரச்சனையில் ராணுவம் ஒரு விசாரணை நீதிமன்றத்தை அமைத்தபோதிலும், அவரது நோக்கத்தை மிகவும்

அழுத்தமாக ஆதரித்து அவரைக் காப்பாற்றியது அரசியல் தலைமைதான். பாதுகாப்புத்துறை அமைச்சர் அருண்ஜெட்லி, 'போர் போன்ற ஒரு சூழல்' அங்கு இருக்கும்போது ராணுவ அதிகாரிகள் தங்கள் சொந்த முடிவுகளை எடுக்க அனுமதிக்கப்படவேண்டும்' என்றார். வெங்கைய நாயுடுவோ அங்கு ஒரு அசிங்கமான போர் நடந்துகொண்டிருக்கிறது என்ற ஜெனரல் ராவத்தின் கருத்துகளை ஒட்டுமொத்தமாக ஏற்றுக்கொண்டார். ராஜ்நாத் சிங் ஒருபடி மேலேசென்று 'கஷ்மீர் பிரச்சனைகளுக்கு ஒரு நிரந்தரமான தீர்வு காண்பதை உறுதிப்படுத்த ஒரு புதிய உத்தி கண்டுபிடிக்கப்பட்டுள்ளது' என்று சூசகமாகக் குறிப்பிட்டார். மேஜர் கோகாய், அவர் மீதான விசாரணை நடைபெற்றுக் கொண்டிருக்கும் போதே, சுதந்திர இந்தியாவின் ஆயுதப்படை வரலாற்றில் முன்னெப்போதும் இல்லாதவகையில் பொதுஊடகங்களில் தனது செயல்பாடுகளை நியாயப்படுத்த அனுமதிக்கப்பட்டது மட்டுமல்ல ஊக்குவிக்கவும்பட்டார். மறைந்துவரும் தலைமுறையைப் பிரதிநிதித்துவப்படுத்தும் ஒருசில ஓய்வுபெற்ற ராணுவ அதிகாரிகள் மட்டும், ஒரு தொழில்முறையான ராணுவத்தின் இத்தகைய வெறிகொண்ட நடத்தைகளைப்பற்றிய தங்கள் அதிர்ச்சியை வெளியிட்டார்கள். அவர்களில் மிகவும் முக்கியமானவரான லெப்டினெண்ட் ஜெனரல் ஹெச்.எஸ்.பனாக் மேஜர் கோகாயின் செயல் 'முறைகேடானதும், மனிதத்தன்மையற்றதும்' எனவும், 'ராணுவ ஜீப்பின் முன்பக்கத்தில் கட்டிவைக்கப்பட்ட தர்-ன் பிம்பம், வியட்நாமின் நாபாம் பெண்ணின் பிம்பத்தைப்போல் கஷ்மீரில் உள்ள இந்திய ராணுவத்தின் வடிவத்தை விளக்குகிறது' எனவும் கூறினார். ஆனால், இத்தகைய விவேகமான பகுத்தறியும் குரல்கள் அரசியலில் சிரிப்பூட்டும் தலைவர்களின் நாட்டுப்பற்றுக் கூச்சல்களில் மூழ்கடிக்கப்பட்டன.

இந்தநிகழ்வுகள் ஒருபக்கம் ராணுவத்துக்கும், அரசியல் குடிமைப்பிரிவுக்கும் இடையேயான உறவுகளிலும், மறுபக்கம் சமூகத்துக்குமான உறவுகளிலும் விரைவில் நிகழவுள்ள மாற்றத்தைக் குறிப்பிட்டுக்காட்டுவனவாக உள்ளன. கட்டாய ராணுவ சேவை இல்லாத ஒரு நாட்டில், கிட்டத்தட்ட எழுபது ஆண்டுகளாக, இந்தியாவின் ஆயுதப்படைகள் உறுதியாக மக்கள் பிரதிநிதிகளின் கட்டுப்பாட்டிலும், அரசியலுக்கு அப்பாற்பட்டும் வைக்கப்பட்டிருந்தது. 1971 வெற்றி போன்ற தேசிய ராணுவத்தின் சேவைகள் மக்களால் கொண்டாடப்பட்ட நினைவுகளைக் கொண்டிருந்தன. மிக அண்மைக்காலம் வரை ஓய்வுபெற்ற ராணுவத்தளபதிகள் அரசியலில் ஒருபோதும் நுழையவில்லை. இது இந்த உலகிலுள்ள எல்லா ஜனநாயகத்திலும் தனிப்பட்ட கவனத்துக்குரியதாக இருந்தது.

இந்தியா தனது சொந்த தேசிய எல்லையில் மிக நீண்டகாலமாக, மிகவும் விரிவான கிளர்ச்சிகளுக்கு எதிரான நடவடிக்கைகளை மேற்கொண்டு வருகிறது. இதைத்தான் அருண்ஜெட்லி, 'போர் போன்ற ஒரு சூழல்' என்று சுற்றிவளைத்து பொருள் கொள்கிறார். இந்திய ஆட்சியாளர்கள் இதுவரை வெற்றிகரமாக எதிர்கொண்ட பிரச்சனையே, ராணுவத்தலைமைகள் அரசியல் முடிவுகளை எடுக்க அனுமதிக்காமல், அவர்களை உள்ளூர் அமைதியின்மையை எதிர்கொள்ள ராணுவத்தை எவ்வாறு நிலையாக நிறுத்திவைத்தது என்பதுதான். இந்தச்செயல்பாட்டை பாரபட்சமின்றி நடுநிலையாக உற்றுநோக்குபவர்கள் அரசியல் மற்றும் ராணுவத்தலைமைகள் இரண்டுமே கடந்த காலத்தில் மிகவும் சிறப்பான பணிகளைச் செய்துள்ளார்கள் என்பதை ஒப்புக்கொள்வார்கள்.

அந்தச்சூழல் இப்போது மாறிவருவதாகத் தோன்றுகிறது. ஓய்வுபெற்ற ராணுவ அதிகாரிகள் அரசியல் கட்சிகளில் சேருமாறு அழைக்கப்படுகிறார்கள். அவர்களும் தேர்தல்களில் நிற்கிறார்கள். அமைச்சர்களாகவும் ஆகிறார்கள். நாட்டின் எல்லைகளுக்கு வெளியேயும், உள்ளேயுமான ராணுவத்தின் வெற்றிகள் மிகவும் பிரம்மிக்கத்தக்க வகையிலும், ஆளும்கட்சியின் மட்டுமீறிய தேசியக்கொள்கைகளுக்கு வலுவூட்டும் வகையிலும் உயர்த்திக் காட்டப்படுகின்றன. பணியில் உள்ள அதிகாரிகள் பொது அரங்குகளில் தோன்ற ஊக்கமளிக்கப்பட்டு அரசியல் வழிமுறைகளை எதிரொலிக்கிறார்கள். இவ்வாறு அனுமதிப்பது ஆயுதப்படைகளுக்கு சமுதாயத்தில் அவர்களுக்குரிய கௌரவமான இடத்தை அளிப்பதற்காக என்று எங்களிடம் கூறப்பட்டது! தனிப்பட்ட கௌரவமான இடம் என்பதற்கும், ஆயுதம்தாங்கிய வன்முறைகளைப் பயன்படுத்துவதில் மிகப்பெருமளவுக்கு மேம்பட்ட நிலையில் உள்ள அரசின் ஒருபிரிவுக்கு தண்டிப்பதற்கான அதிகாரத்தை அளிப்பது என்பதற்கும் இடையே மிகச்சிறிய இடைவெளிதான் உள்ளது. ஒரு தேசத்தின் ராணுவம் தன்னுடைய அதிகாரத்தைப் பாதுகாக்க தனது சொந்த மக்களே தன்னைக்கண்டு அஞ்சவேண்டும் என்று எப்போது நம்புகிறது?

ஜெனரல் ராவத்தின் உள்நோக்கம் டயரின் உள்நோக்கத்தைப் போன்றதே என்று யூகிப்பது சரியல்ல. ஓரளவுக்கு அவர்களது வார்த்தைகள் ஒத்த தன்மையைக் கொண்டுள்ளன. இந்திய ராணுவம் நிரந்தரமாக அந்தப்பகுதிகளில் 'ஆயுதப்படைகளின் சிறப்பு அதிகாரங்கள்' சட்டத்தின் (Armed Forces Special Powers Act) கீழ் நிறுத்தப்பட்டிருப்பது 'ஒரு ஆக்கிரமிப்புப்படை தான் வெற்றிகொண்டு கைப்பற்றிய ஒரு காலனியில் இருப்பதுபோல்' உள்ளது. இந்தச் சூழ்நிலையில் இந்தியா

கற்றுக்கொள்ளவேண்டிய ஒரு எடுத்துக்காட்டாக இஸ்ரேல் அடிக்கடி சுட்டிக்காட்டப்படுகிறது. குறிப்பாக தொல்லை தருவதில். இஸ்ரேல் என்பது மக்கள் பெருமளவுக்கு வசிக்காத ஓரிடத்துக்குச்சென்று நிலையாகக் குடியிருக்கும் ஒரு காலனி. அது பாலஸ்தீனியர்களை பகையுணர்வு கொண்டவர்களாக, கலகக்காரர்களாகக் கருதி, அவர்கள் அடக்கப்பட்டு, தனியாகப் பிரித்துவைக்கப்பட வேண்டியவர்கள் என்றும் கருதுகிறது. அதேபோன்ற உறவுகளைத்தான் கஷ்மீர் அல்லது மணிப்பூர் அல்லது நாகலாந்து மக்களிடமும் கொண்டிருக்கவேண்டும் என்று இந்தியாவின் இன்றைய அரசியல் தலைவர்களும் நம்புகிறார்களா?

நாம் ஒரு நிலச்சரிவிலிருந்து நழுவிவிடும் முனையை ஒரு நாடு என்ற முறையில் இன்னும் அடைந்துவிடவில்லை என்று நம்புவோம். இல்லாவிட்டால், நாம் இன்று கஷ்மீரில் கண்டுகொண்டிருக்கும் ஜெனரல் டயரின் தருணங்கள் ஒரு தளபதி அயூப்கானின் வருகையின் முன்னறிவிப்பு என்று நிரூபணம் ஆகிவிடும். அல்லது அது யாகூப் கானா? அல்லது ஜியா-உல்-ஹக்கா? இவர்களில் யார் உதாரண புருஷராக தேர்வு செய்யப்படுவார்?

நன்றி: The Wire 22.5.2017

மதவெறியில் இந்துத்துவா சக்திகளும் திருணாமுல் காங்கிரசும்

–சூர்யகாந்த் மிஸ்ரா

மேற்குவங்க அரசியலில் இந்துத்துவாவின் அழுத்தமான வளர்ச்சி ஒரு புரியாத புதிராக உள்ளது. இந்திய கம்யூனிஸ்ட் கட்சி(மார்க்சிஸ்ட்) தலைமையிலான இடது முன்னணி ஆட்சியில் அந்த மாநிலத்தில் மதஅடையாளத்தை அடிப்படையாக்கொண்ட அரசியல் தலைதூக்க அனுமதிக்கப்படவில்லை. அல்லது இஸ்லாமிய அல்லது இந்துத்துவா தீவிரவாத சக்திகள் முன்னுக்கு வருவதற்கான எந்த நம்பிக்கையும் இருக்கவில்லை. சி.பி.ஐ.(எம்) அரசியல் தலைமைக்குழு உறுப்பினரும், மேற்குவங்க மாநில செயலாளருமான சூர்யகாந்த் மிஸ்ரா 'ஃப்ரண்ட்லைன்' இதழுக்கு அளித்த நேர்காணலில் தற்போதைய அரசியல் சூழ்நிலைகள் பற்றியும் அது எதைக்குறிக்கிறது என்பது பற்றியும் கூறுகிறார்.

மேற்குவங்கத்தில் முன்னெப்போதும் இல்லாத திடீர்வளர்ச்சி இந்துத்துவாவுக்கு ஏற்பட்டுவருகிறது. இது எப்படி நடந்தது என்று நீங்கள் கருதுகிறீர்கள்?

இந்தப்பிரச்சனையை உலகளாவிய மற்றும் தேசிய கண்ணோட்டத்தில் புரிந்துகொள்ளவேண்டும். வலதுசாரிப்பிரிவின் வளர்ச்சி உலகெங்கும் உள்ளது. நீங்கள் 2014க்குத் திரும்பிச்சென்றால், ஐரோப்பிய பாராளுமன்றத்தில் 20% உறுப்பினர்கள் வலதுசாரி மற்றும் புதிய பாசிச கட்சிகளிலிருந்து வந்தவர்கள். மேலும் 2014இல் இந்தியச் சூழலிலும் ஒருமாற்றமாக பா.ஜ.க. பாராளுமன்றத் தேர்தல்களில் வெற்றிபெற்றது. இம்முறை பா.ஜ.க. தானே அறுதிப்பெரும்பான்மையையும் பெற்றது. இந்தியாவில் ஏற்பட்டுள்ள இந்த மாற்றத்தை உலகில் ஏற்பட்டுள்ள மாற்றத்துடன் இணைத்துப் பார்க்கவேண்டும். இந்த மாற்றத்துக்கு ஒரு பொருளாதார அடிப்படையும்கூட இருந்தது. 2008இல் ஏற்பட்ட உலகப்பொருளாதார மந்தம் கூட்டுசார் முதலாளித்துவத்தின் (CRONY CAPITALISM) வளர்ச்சிக்கு வழிவகுத்தது. அப்போது மக்களிடம் ஏராளமான அதிருப்திகள் இருந்தன. இந்த அதிருப்திகளை, ஒரு இடதுசாரி மாற்று இல்லாத

நிலையில், வலதுசாரிப்பிரிவு சக்திகள் பயன்படுத்திக்கொண்டன. அமெரிக்க ஐக்கிய நாடுகளில் "அமெரிக்கா அமெரிக்கர்களுக்கே" என்ற குறுகிய பிராந்தியவெறி முழக்கங்களும், நமது நாட்டில், 'இந்தியா இந்துக்களுக்கே' என்ற குறுகிய பிராந்தியவெறி முழக்கங்களும் எழுந்ததை ஒவ்வொருவராலும் காணமுடிந்தது. இந்தியாவின் பிரச்சனையை உலகெங்கும் என்ன நடக்கிறதோ அதிலிருந்து தனிமைப்படுத்திப் பார்க்கமுடியாது

சிறிதுகாலத்துக்குப் பிறகு, வங்கத்தில் ராமநவமி கொண்டாட்டங்களின்போது என்ன நடந்ததோ அது இதற்குமுன் காணப்பட்டதே இல்லை. அப்போது இங்கு ஆளும்கட்சியான திருணாமுல் காங்கிரஸ் மத்தியில் ஆளும்கட்சியுடன் கரம் கோர்த்துக்கொண்டது. இந்த மாநிலத்தில் ஆர்.எஸ்.எஸ்-இன் வளர்ச்சிக்கு நேரடிப்பொறுப்பு திருணாமுல் காங்கிரஸ்தான். பள்ளி மைதானங்களில் கூட்டங்கள் நடத்த நாங்கள் அனுமதிக்கப்படவில்லை. ஆனால், ஆர்.எஸ்.எஸ். அதே பள்ளி மைதானங்களில் வாரக்கணக்கில் முகாம்களை நடத்தமுடிந்தது.

ஹௌராவில், துலாக்கரில் அண்மையில் நடைபெற்ற மதப்பதட்டங்களின் போது, இரண்டு திருணாமுல் காங்கிரஸ் சட்டமன்ற உறுப்பினர்கள்- ஒருவர் சிறுபான்மைச் சமுதாயத்திலிருந்தும், மற்றொருவர் பெரும்பான்மை சமுதாயத்திலிருந்தும் வெவ்வேறு வகையான நிலைகளை எடுத்ததை நாம் பார்த்தோம். அவர்கள் அவ்வாறு செய்வதை எவர் ஒருவரும் தடுக்கவில்லை. இந்த ஆபத்தான போக்கைத் தடுத்து நிறுத்த ஆளும் அரசுக்கேகூட அரசியல் உறுதி இல்லை. சூழ்நிலை பதட்டமானதாக இருந்திருந்தால் அவர்கள் ஒரு அனைத்துக்கட்சிக் கூட்டத்துக்கு அழைப்புவிடுத்திருக்க வேண்டும். ஆனால், ஆளும் கட்சியோ இடதுசாரிகளைத் தாக்குவதிலேயே தனது கவனத்தைச் செலுத்தியது. அந்தப்பகுதிகளுக்குச் செல்ல ஆர்.எஸ்.எஸ். அனுமதிக்கப்பட்டது. சீதாராம் எச்சூரி, முகமது சலீம் மற்றும் பிற இடதுசாரித் தலைவர்கள் செல்ல அனுமதிக்கப்படவில்லை.

ராமநவமி ஊர்வலங்களின்போது ஆயுதங்களை ஏந்தியவாறு மக்கள் சென்றார்கள். அரசு எதையும் செய்யவில்லை. அவர்கள் அந்த ஆயுதங்களை எங்கிருந்து பெற்றார்கள்? அவைகள் கடைவீதிகளில் கிடைப்பதில்லையே. எனவே, அவர்கள் இதற்காக பலமாதங்களாகவே திட்டமிட்டிருந்தார்கள் என்பது வெளிப்படையாகத் தெரிகிறது. ஆயுதங்களை இவ்வாறு அடையாளப்படுத்துவது ராமநவமி கொண்டாட்டங்களோடு தொடர்புடையது அல்ல. இது மதவெறி

கொண்ட இருசார்புள்ளவர்களாக- இருதுருவங்களாக மக்களை உருவாக்குகிறது. இது வெளிப்படையாகவே நீண்டகாலமாக திட்டமிடப்பட்டதாகும். இந்தவகையான மதப்பிளவுத்தன்மை மாநிலத்தில் ஆளும் கட்சிக்கும், மத்தியில் ஆளும் கட்சிக்கும் என இரண்டுக்கும் உதவுகிறது. திருணாமுலும்கூட தன்னளவில் மதரீதியாக பிளவுபட்டு வருகிறது. அங்குள்ள பலர் பகலில் ஆர்.எஸ்.எஸ். ஆகவும் இரவில் திருணாமுலாகவும் அல்லது பகலில் திருணாமுலாகவும் இரவில் ஆர்.எஸ்.எஸ். ஆகவும் உள்ளார்கள்.

மம்தா பாணர்ஜியின் சிறுபான்மையினரைத் திருப்திப்படுத்தும் அரசியல்பாணி தான் இந்துத்துவாவை பீறிட்டெழ வைத்துள்ளது என பா.ஜ.க. உள்ளிட்ட பலரும் உணர்கிறார்கள். உங்கள் கருத்து என்ன?

இந்துத்துவா சக்திகளும், திருணாமுல் காங்கிரஸும் ஒன்றிடமிருந்து ஒன்று பயன்பெற்றுக் கொள்கின்றன. பா.ஜ.க. மேலும் மேலும் செயல்படும்போது, அது சிறுபான்மை மதஅடிப்படைவாதிகள் தங்களது செல்வாக்கை பரப்பிக்கொள்ள இடமளிக்கிறது. பெரும்பான்மை மதவெறி சக்திகள்தான் முக்கியமான ஆபத்து என நாங்கள் கருதுகிறோம். இடதுசாரிகளைப் பொருத்தவரை உலகின் எந்தப்பகுதியிலும் இதுதான் உண்மை. வங்காள தேசத்தில் அது இஸ்லாமிய அடிப்படைவாத சக்திகளாக உள்ளது. இங்கு இதுதான் பெரும்பான்மை மதவாதசக்தியாக ஆபத்தானதாகக் காட்சியளிக்கிறது. முக்கியமாக ஆர்.எஸ்.எஸ். மற்றும் திருணாமுல் காங்கிரஸ் ஆகியவற்றின் குணங்கள் ஒரேமாதிரியானவை. அவர்கள் தாங்கள் நிலைத்திருப்பதற்காக இந்தவகையான இருதுருவ பிளவுகள் அவர்களுக்குத் தேவைப்படுகின்றன.

காக்ரகார் குண்டுவெடிப்பு நிகழ்ந்தபோது (பர்த்மானில் உள்ள காக்ரகாரில் நிகழ்ந்த விபத்தான ஒரு குண்டுவெடிப்பு இந்த மாநிலத்தில் ஒரு விரிவான இஸ்லாமிய தீவிரவாத வலைப்பின்னல் செயல்பட்டுவந்ததை முன்னுக்குக் கொண்டுவந்தது) அந்தக்குண்டு வெடிப்பு திருணாமுல் காங்கிரஸ் கட்சி அலுவலகமாக இருந்த ஒரு வீட்டில் நடைபெற்றது என்பது தெரியவந்தது. இந்த வீட்டை அவர்களுக்கு (தடைசெய்யப்பட்ட வங்கதேச ஜமாயித்-உல்-முஜாஹிதீன் செயல்பாட்டாளர்களுக்கு) வாடகைக்கு ஏற்பாடுசெய்து தந்தவர்கள் திருணாமுல் காங்கிரஸ்காரர்கள்தான். தேசிய புலனாய்வு முகமை (NIA) அங்கு வருவதற்குமுன் அவர்கள் தடயங்களை அழித்துவிட்டார்கள். இப்போது குற்றப்பத்திரிகையைப் பாருங்கள்: அவர்கள் இந்த விஷயத்துக்குள் இல்லை. ஆளும்கட்சியின் பங்கு

இதில் என்ன? உள்ளூர் அளவில் அக்கட்சியின் பங்கு என்ன? இது ஒரு விளையாட்டுப் பந்தய சூதாட்டம்போல உள்ளது.

வங்காள அரசியலில் இந்துத்துவா ஒரு மையமான புள்ளியாக வந்துவிட்டதாக நீங்கள் கருதுகிறீர்களா?

மிக உறுதியாக இது முன்னெப்போதும் இல்லாத ஒரு அம்சம். ஆனால், அவர்களது அடிப்படையான இலக்கு இன்னும் இடதுசாரிகளே. மேற்குவங்கத்தில் மட்டுமல்ல. கேரளா, திரிபுராவிலும்கூட. திருணாமுலும், பா.ஜ.க.வும் அரசியல் களம் என்பது தங்களுக்கு இடையே மட்டும் இருக்கவேண்டும் என விரும்புகின்றன. இத்தகைய ஒரு சூழல் தேசப்பிரிவினைக்குப் பிறகு மேற்குவங்கத்தில் இருந்ததில்லை. 34 ஆண்டுகால இடது முன்னணி ஆட்சியில் இந்த மாநிலத்தில் மதவாத சக்திகளால் தலைதூக்க முடியவில்லை. இது இப்போது உருவாகிவரும் ஓர் ஆபத்து அல்ல. ஏற்கனவே வந்துவிட்டது. பா.ஜ.க. இப்போது இந்த மாநிலத்தில் இரண்டாவது கட்சி தான்தான் என்று கூறிக்கொள்கிறது.

இருந்தபோதிலும் இந்த மாநிலத்தில் 'இந்துத்துவா எழுச்சியைத் தடுக்கும் நிலையில் உள்ள மதசார்பற்ற சக்தி இன்னும் மம்தா பாணர்ஜிதான்' என்று பலரும் உணர்கிறார்களே?

மதசார்பின்மை என்பது என்ன? மதம் என்பது தனிப்பட்ட ஒருவரின் விஷயம் என்று மதசார்பின்மை கருதுவதாக நாங்கள் தொடர்ச்சியாகக் கூறிவந்திருக்கிறோம். மக்கள் தங்கள் சொந்த மதத்தைக் கடைப்பிடிக்கும் உரிமையைப் பாதுகாக்கும் பொறுப்பு அரசுக்கு உள்ளது. மதம் என்பது அரசு செயல்படுவதிலிருந்து பிரிக்கப்படவேண்டும். ஆனால், திருணாமுல் ஆட்சியின்கீழ் மதசார்பின்மை கைவிடப்பட்டுவிட்டது. முதலமைச்சரே முக்காடு அணிந்து முஸ்லீம் நிகழ்ச்சிகளில் பங்கேற்கிறார். துர்க்கா பூஜையின்போது நீரில் மூழ்கும் நிகழ்வுகளில்கூட பங்கேற்கிறார்.

இந்த மாநிலத்தில் மதஅமைதியை நிலைநாட்ட இடது முன்னணி அரசு என்ன செய்தது?

இப்போதுள்ள அரசு எதையெல்லாம் செய்துகொண்டிருக்கிறதோ அதற்கு நேர் எதிரானவற்றை நாங்கள் செய்தோம். நமது முதலமைச்சர்கள் ஜோதிபாசு, புத்ததேவ் பட்டாச்சார்யாஜீ மத விழாக்களில் பங்கேற்பதை நீங்கள் கற்பனை செய்துபார்க்க முடியுமா? எப்போதெல்லாம் மதவாத சக்திகள் எங்காவது எந்த சூழ்நிலையிலாவது தலைதூக்க முயற்சித்தபோதெல்லாம் - பாபர் மசூதி இடிப்பு அல்லது

சீக்கியர்களுக்கு எதிரான கலவரம் நிகழ்ந்தபோதெல்லாம் -அரசு உடனடியாக இராணுவத்தை அழைத்தது. அனைத்துக்கட்சிக் கூட்டத்தைக் கூட்டியது. நாங்கள் வலதுசாரி சக்திகளை அரசியல்ரீதியாக, தத்துவார்த்தரீதியாக, நிர்வாகரீதியாக மற்றும் எங்கள் நடைமுறைகள் மூலமாக எதிர்த்துப்போரிட்டோம். 'நாங்கள் மதசார்பற்றவர்கள்' என்று கூறிக்கொண்டு அதன்பின் திருணாமுல் காங்கிரஸ் செய்துகொண்டிருக்கும் இத்தகைய நடவடிக்கைகளை நாங்கள் ஒருபோதும் செய்ததில்லை. இப்போது என்ன நடந்துகொண்டிருக்கிறதோ, அதுபோன்ற எந்த ஒன்றும் இடது முன்னணி ஆட்சியில் ஒருபோதும் நடைபெற்றதில்லை.

இந்த மாநிலம் எதைநோக்கிச் சென்றுகொண்டிருக்கிறது?

நாங்கள் ஒரு அறைகூவலை விடுத்துள்ளோம்: 'வங்கத்தைப் பாதுகாக்க திருணாமுலை தோற்கடிப்போம்.' இந்த மாநிலம் பேரழிவை நோக்கிச் சென்றுகொண்டிருக்கிறது. ஆளும்கட்சிகள் மக்களின் வாழ்நிலைகள்மீது, ஜனநாயகத்தின்மீது, மாநிலத்தின் மதசார்பற்ற கட்டமைப்பின்மீது ஒரு நீண்டகால மும்முனைத் தாக்குதல்களை ஏவி விட்டுள்ளன. இந்தத் தாக்குதல்களை நடத்துவதில் மாநிலத்திலும், மத்தியிலும் ஆளும்கட்சிகள் ஒன்றாக இருக்கின்றன. இந்த மாநிலத்தின் மதசார்பற்ற இடதுசாரிகளும், பிற ஜனநாயக மதசார்பற்ற சக்திகளும் ஒருவிரிவான சாத்தியமுள்ள பரந்தமேடையில் ஒன்றுசேர்ந்து இந்த இரண்டு ஆளும் சக்திகளுக்கு எதிரான போராட்டங்களில் ஈடுபடவேண்டிய தருணம் இதுதான். வங்கத்துக்கு இன்று என்ன நடக்கப்போகிறதோ, அதுதான் விரைவில் நாட்டில் எஞ்சியுள்ள பிற பகுதிகளிலும் நடக்கப்போகிறது. இந்துத்துவா சக்திகள் மக்களிடம் உருவாக்கும் பொய்யான நம்பிக்கைகள் சிறிதுகாலத்துக்கு மிகையுணர்வு ஆதரவைப் பெற்றுத்தரலாம். ஆனால், இது உச்சகட்டமான ஆபத்து ஆகும். மாநிலத்தில் இப்போதுள்ள திருணாமுல் ஆட்சிக்கு எதிரான போராட்டத்தில் நீங்கள் பங்கேற்காமல் இளைப்பாறினால், அது பா.ஜ.க.வுக்கு உதவுவதாகிவிடும். அதேபோல், பா.ஜ.க.வுக்கு எதிரான போராட்டத்தில் நீங்கள் ஓய்வெடுத்துக்கொண்டால், அது திருணாமுலுக்கு உதவுவதாகிவிடும்.

- ஃப்ரண்ட் லைன், மே 12, 2017

இந்தியா பேரழிவை நோக்கிச் சென்றுகொண்டிருக்கிறது

– ஃபாரூக் அப்துல்லா

கஷ்மீர் முன்னாள் முதல்வர் - நேர்காணல்

ஸ்ரீநகர் இடைத்தேர்தலில் தேசிய அரசியல் எவ்வாறு தனது பிரச்சாரத்தை மாற்றிக்கொள்ள வலியுறுத்தியது என்பது பற்றி ஜம்மு கஷ்மீரின் முன்னாள் முதலமைச்சர் ஃபாரூக் அப்துல்லா கூறுகிறார்.

ஸ்ரீநகர் பாராளுமன்றத்தொகுதி இடைத்தேர்தலில் போட்டியிடுவதா? வேண்டாமா? என்று தனது கட்சிக்குள் கருத்துவேறுபாடுகள் நிலவியபோதும், தேசியமாநாடு கட்சியின் தலைவரும், மூன்றுமுறை ஜம்மு–கஷ்மீர் முதலமைச்சராக இருந்தவருமான ஃபாரூக் அப்துல்லா திடீரென தேர்தலில் குதித்தார். மிகவும் குறைவானவர்களே பங்கேற்ற ஏப்ரல் 9 வாக்களிப்பு நாளுக்கு முன்பும், பின்பும் நடைபெற்ற நேர்காணலில் அப்துல்லா, ஜம்மு–கஷ்மீரின் களநிலைமைகளையும், பாகிஸ்தானுடனான இந்தியாவின் நல்லிணக்கமற்ற உறவையும், மதசார்பின்மைக்கு இப்போது எழுந்துள்ள சவால்களையும் பற்றிப் பேசுகிறார்.

இடைத்தேர்தலின் வாக்களிக்கும் நாளான ஏப்ரல் 9 இல் ஸ்ரீநகர் முன்னெப்போதுமில்லாத வன்முறைகளைக் கண்டது. இதில் சாதாரண குடிமக்கள் 8 பேர் இறந்துவிட்டார்கள்: இதுவரை இல்லாத அளவுக்கு மிகவும் குறைவானவர்களே வாக்களிக்க வந்தார்கள். தெருக்களில் நடைபெற்ற இந்தச் சீற்றத்துக்குக் காரணம் என்ன?

மக்கள் ஜனநாயகக்கட்சி (PDP) பா.ஜ.க. (பாரதிய ஜனதா கட்சி) கூட்டணி அதனுடைய மக்கள் விரோத மற்றும் அதிகாரப்பசிகொண்ட அரசியலின் விளைவாக நிகழ்ந்துவிட்ட இந்த அதிர்ச்சியூட்டும் நிகழ்வுக்குப் பொறுப்பேற்றாக வேண்டும். இடைத்தேர்தலின் போது அப்பாவிகளின் இரத்தம் கொட்டியதற்கு ஆளும்கூட்டணிதான் பொறுப்பு. தேர்தல்கள் அமைதியாக நடைபெற்றிருக்கவேண்டும். ஆனால், இந்த அரசு அதை அவ்வாறு நடத்தத் தவறிவிட்டது. கஷ்மீரில் சூழ்நிலைகள் எவ்வாறு படிப்படியாக சீரழிக்கப்பட்டன என்பதையே இந்த இறப்புகள் காட்டுகின்றன.

2002இல் இருந்து கஷ்மீரின் மைய நீரோட்டத்தில் இருந்த கட்சிகள் மின்சாரம், சாலைகள், தண்ணீர் போன்ற பிரச்சனைகளையே முன்நிறுத்தித் தேர்தல்களில் போட்டியிட்டன. ஆனால், இந்தமுறை தேர்தலில் உங்கள் பிரச்சாரத்தில் அரசியல்கொள்கையே மையமாக இருந்தது. இந்த மாற்றத்தை எது ஏற்படுத்தியது?

இந்தியாவிலுள்ள மதவெறிசக்திகள் சூழ்நிலைகளை மாற்றிக்கொண்டே இருக்கின்றன. இந்திய அரசியல் சாசனத்தால் பாதுகாக்கப்பட்ட பன்முகத்தன்மை என்ற சிந்தனைகூட அழிக்கப்பட்டுவருகிறது. இது இந்த மாநிலத்தின் அரசியலை மாற்றியிருக்கிறது. 2002இல் ஒற்றுமையும், பன்முகத்தன்மையும் மிகவும் வலுவான அம்சங்களாக இருந்தன. அப்போது மதசார்பின்மையின் வலிமைமிக்க மரபில்வந்த காங்கிரஸ் அதிகாரத்தில் இருந்தது. அப்போது கண்ணுக்குத்தெரிந்த எந்த அச்சுறுத்தலும் இருக்கவில்லை. இன்று, சூழ்நிலை 360டிகிரி என தலைகீழாக மாறிவிட்டது. இந்தியாவை ஒரு முழுமையான 'இந்து ராஷ்ட்ரம்' ஆக்குவதற்கு டெல்லியிலிருந்து கட்டளைகள் வருகின்றன. இது, இந்த நாடு உருவானபோது எங்கும் காணப்படாத ஒன்றாகும். இந்தியா ஒரு பேரழிவை நோக்கிச் சென்றுகொண்டிருப்பதை நான் காண்கிறேன். மக்களைப் பிரித்தாளும் இந்தக்கொள்கையும், ஒரு மதத்தின் ஆட்சியை நடைமுறையாக்க ஆணையிடுவதும் தொடர்ந்தால் ஒரு இருண்ட எதிர்காலத்தைத்தவிர வேறு எதையும் என்னால் காணமுடியவில்லை. அமைதியின்மை இங்கே இருக்குமானால், எந்த ஒரு வளர்ச்சியும் இங்கே நடைபெறப்போவதில்லை. தொல்லைகள் அதிகமாகும்போது உள்நாட்டு உற்பத்தியும் (GDP) இங்கே வீழ்ச்சி அடையப்போகிறது.

1996இல் நிலைமைகள் மிகவும் கடினமாக இருந்தபோது நீங்கள் தேர்தலில் போட்டியிட்டீர்கள். 2017இல் சூழ்நிலை நல்லதாகவோ அல்லது கெட்டதாகவோ எவ்வாறு உள்ளது?

நாங்கள் இப்போதும்கூட குறைந்த அளவுக்கான துயரங்களை எதிர்கொள்ளவில்லை. (அதிகமாகவே சந்தித்துவருகிறோம்) துப்பாக்கிகளும், வெடிகுண்டுகளும் அன்று இருந்ததுபோல இன்று இல்லாமலிருக்கலாம். இருந்தபோதிலும் குறைந்தபட்சமாக மக்கள் முன்பு சிந்தனைகளை வைக்கமுடிகிறது. ஆனால், இங்கு மிகப்பெருமளவிலான அமைதியின்மை நிலவுகிறது. இளைஞர்கள் கற்களை வீசுகிறார்கள். மக்கள் இறந்து கொண்டிருக்கிறார்கள். மேலும் ஒரு இணக்கமான சூழல் இங்கு இல்லை. தேர்தல் நடைபெறுவதில் நான் ஆச்சரியப்படவில்லை. துயர நிகழ்வுகளின் ஈர்ப்பு மிகப்பெரிதாக

இருக்கும்போது இப்போது தேர்தல்கள் எதற்காக? ஆனால், ஒரு கட்சி என்ற முறையில் இதில் ஈடுபடுவதைத்தவிர எங்களுக்கு வேறுவழி இல்லை.

கள நிலைமைகள் பற்றிய உங்கள் உணர்வு என்னவாக இருக்கிறது?

மிகப்பெருமளவுக்கு மக்கள் அந்நியப்பட்டு நிற்பதை நான் காண்கிறேன். இளைஞர்கள் தோள்களை உயர்த்தி நிற்கிறார்கள். இவர்கள் தங்கள் உயிர்களுக்காக அஞ்சவில்லை. இந்தப்பள்ளத்தாக்கில் ஒவ்வொருநாளும் நிகழ்வுகள் நடந்துகொண்டே இருக்கின்றன. அழிவுக்கான ஒரு சிந்தனைச்சூழல் இங்கே உள்ளது. பல்வேறுமுனைகளிலும், அது மின்திட்டங்களாக இருந்தாலும் மக்கள் ஜனநாயக கட்சிக்கும் பா.ஜ.க.வுக்கும் இடையே ஏற்பட்ட கூட்டு ஒப்பந்தத்தின்படி ஹுரியத் தலைவர்களோடு பேசுவதாக இருந்தாலும், இந்தியா-பாகிஸ்தான் பேச்சுவார்த்தைகள் நடைபெற ஒரு பொருத்தமான சூழ்நிலையை உருவாக்குவதாக இருந்தாலும், எதிலும் ஒரு முன்னேற்றம் என்பதே இல்லை.

உங்களுடைய பேரணிகளில் 'இந்த இடைத்தேர்தல் கொடுங்கோன்மைக்கும், பாசிசத்துக்கும் எதிரானது' என்று நீங்கள் விவரித்தீர்கள். கஷ்மீர் இன்று சந்திக்கும் அச்சுறுத்தல் எத்தகையது?

இந்ததேசத்தில் வளர்ந்துவரும் மதவெறிசக்திகளால் கஷ்மீர் அச்சுறுத்தலுக்கு உள்ளாகிவருகிறது. அந்த சக்திகளோடுதான் நாங்கள் போராடிக்கொண்டிருக்கிறோம். இன்று வளர்ச்சியைப்பற்றியோ அல்லது சுரங்கவழிப்பாதைகள் கட்டப்படுவது பற்றியோ சிந்திக்க ஒன்றுமில்லை. ஆனால், அந்த சக்திகள் மற்ற எல்லா மதங்களையும் முடித்துக்கட்டவும், ஒற்றைமதத்தின் மேலாதிக்கத்தை நிலைநாட்டவும் முயற்சிக்கின்றன.

2014 பாராளுமன்றத் தேர்தலில் நீங்கள் 40,000 வாக்குகள் வித்தியாசத்தில் தோல்வியடைந்தீர்கள். இந்தமுறை நீங்கள் எத்தகைய நம்பிக்கையைக் கொண்டிருக்கிறீர்கள்?

இந்தத் தேர்தல் எனக்கோ அல்லது எனது கட்சிக்கோ முக்கியமானதல்ல. ஆனால், 'கஷ்மீரியத்' என்ற உணர்வு மீண்டும் நிலைபெற இது முக்கியமானது. முஸ்லீம் பெரும்பான்மை மாநிலமாக நாங்கள் தனித்துவத்தோடு மீள்வோமா என்பது அச்சுறுத்தலுக்குள்ளாகியுள்ளது. ஆர்.எஸ்.எஸ்.ஆல் முன்னிறுத்தப்பட்டுள்ள 'முஸ்லீம் ராஷ்ட்ரிய மஞ்ச்' ஏற்கனவே ஆர்.எஸ்.எஸ். கொள்கைகளை முஸ்லீம்

இளைஞர்களிடையே புகுத்த ஆட்களைச் சேர்க்கத் துவங்கியுள்ளது. சேர்த்துக் கொண்டிருக்கிறது.

தெற்கு கஷ்மீரில் தேசியமாநாடு காங்கிரஸ் கூட்டணி வேட்பாளருக்கு ஜமாத்- இ - இலாமியின் ஆதரவு எந்த அளவுக்கு முக்கியமானது? அவர்களுடைய ஆதரவை நீங்கள் ஏன் எதிர்பார்த்தீர்கள்?

ஜமாத்-இ-இஸ்லாமி 2002இல் தெற்கு கஷ்மீரில் இருந்து முஃப்தி மொஹம்மது சயீத்தை(PDP) ஆட்சி அதிகாரத்துக்குக் கொண்டுவந்தது. இன்று PDP கட்சி ஆர்.எஸ்.எஸ்.ஐ தனது தோள்களில் சுமந்துகொண்டு நிற்கிறது. ஜமாத்-இ-இஸ்லாமி PDP கட்சியை ஆதரித்தது தவறு என்று உணர்ந்துகொண்டிருக்கிறது. ஜமாத்-இ-இஸ்லாமியும்கூட ஆர்.எஸ்.எஸ்.இன் இந்த ஆபத்தைக் காண்கிறது. மதவெறி அரசியலை எதிர்க்கும் கட்சிகளை ஆதரிக்கவேண்டிய தருணம் ஜமாத்-இ-இஸ்லாமிக்கும் வந்துவிட்டது.

'நீங்கள், இஸ்லாத்தின் நலன்களுக்கான உறுதியான நிலைபாட்டை எடுத்தால் மட்டுமே உங்களை ஆதரிக்க முடியும்' என்று ஜமாத்- இ- இஸ்லாமி உங்கள் அறிக்கைக்கு பதிலளித்துள்ளதே?

ஆம். ஆனால், நான் இஸ்லாத்துக்காக மட்டும் போராடவில்லை. இந்த நாடுமுழுவதுமுள்ள மக்களின் நிலைத்த தன்மைக்காகப் போராடுகிறேன். மதவெறி சக்திகளின் கரங்களில் சிக்கி மக்கள் துன்பங்களை அனுபவித்து வருகிறார்கள். இரண்டு இளைஞர்கள் தங்கள் ஆடுமாடுகளை ஜார்கண்ட் சந்தைக்கு கொண்டுவந்தார்கள். குண்டர்கள் அவர்களை மரத்தில்கட்டி தொங்கவிட்டார்கள். மசூதிகளில் தங்கள் கடவுள்களின் படங்களை வைக்கப்போவதாகவும் அவர்கள் கூறுகிறார்கள். அவர்கள் தங்களது நடைமுறைகளை எங்கள்மீது திணிக்க விரும்புகிறார்கள். இந்திய அரசியல் சாசனம் எங்கே? கஷ்மீர் முஸ்லீம்கள் ஒருபோதும் மதவெறி கொண்டவர்கள் அல்ல. மதவெறியை இஸ்லாம் எங்களுக்கு போதிக்கவில்லை. அது எங்களுக்கு சகோதரத்துவத்தையும், மற்ற மதங்களுக்கு மரியாதை செலுத்துவதையும் தான் கற்பித்தது.

உங்கள் கட்சியும்கூட பா.ஜ.க. தலைமையிலான தேசிய ஜனநாயகக் கூட்டணியில் கடந்த காலத்தில் கூட்டணி வைத்திருந்தது. பிரதமர் நரேந்திர மோடியின் அணுகுமுறை அடல் பிஹாரி வாஜ்பேயியைவிட எவ்வாறு வேறுபட்டிருக்கிறது?

வாஜ்பேயி ஆர்.எஸ்.எஸ்.இல் இருந்து வந்தவர்தான். ஆனால், அவர்

இந்தியா உயிர்ப்போடு வாழவேண்டுமானால், இந்தியாவில் உள்ள ஒவ்வொருவரும் வாழ்ந்தாகவேண்டும் என்பதை உணர்ந்திருந்தார். அவரது சிந்தனை முற்றிலும் மாறுபட்டது. அவர் எல்லா மதங்களோடும் இந்தியா முன்னோக்கிச் செல்வதைக் காணவிரும்பினார். தற்போதைய நடைமுறை முற்றிலும் மாறுபட்டது.

மோடியும்கூட கஷ்மீர் பிரச்சனைக்குத் தீர்வுகாண வாஜ்பேயியின் 'ஜம்பூரியத், இன்சானியத், கஷ்மீரியத்' ஆகிய வார்த்தைகளைக் குறிப்பிடுகிறாரே?

மோடிக்கு அவற்றில் நம்பிக்கை இல்லை. அவை வெற்றுவார்த்தைகளே. மோடி அதைநோக்கி நகர்கிறார் என்பதை நிரூபிப்பதற்கான எந்த ஒன்றையும் இந்த ஆண்டுகளில் என்னால் காணமுடியவில்லை. அவர் சர்வமத ஒற்றுமை (ஜம்பூரியத்), மனிதத்தன்மை (இன்சானியத்), கஷ்மீரியத்தன்மை (கஷ்மீரியத்) ஆகியவற்றில் நம்பிக்கை கொண்டிருப்பார் என்றால் அவர் ஏன் ஹுரியத்திடம் பேசவில்லை? கஷ்மீர் அரசியலில் அவர்களும் ஒருபகுதியினர்தானே? ஹுரியத்தின் நூற்றுக்கணக்கான விஷயங்களில் நீங்கள் ஒத்துப்போகாமல் இருக்கலாம். ஆனால், குறைந்தபட்சமாக ஒருசிலவற்றோடு நீங்கள் ஒத்துப்போகலாம். அது இந்தத்துயர நிகழ்வுகளை ஒரு முடிவுக்குக் கொண்டுவரும். பாகிஸ்தானோடு பேச்சுவார்த்தைகளைத் துவக்க ஏதாவது உறுதியான நடவடிக்கை உள்ளதா? பாகிஸ்தான் பிரதமரின் பிறந்த நாளன்று ஒருமுறை சென்றுவருவது எந்த மாற்றத்தையும் ஏற்படுத்திவிடாது. கஷ்மீரில் உள்ள சூழ்நிலைக்கு மத்திய அரசு ஒத்துவர வேண்டும். மேலும், பாகிஸ்தானும் அதில் ஒருபகுதியாகும். பாகிஸ்தானை நாம் பேச்சு வார்த்தைக்குக் கொண்டுவராமல் இங்கு அமைதியை நீங்கள் கொண்டுவர முடியாது.

இந்தியாவும் பாகிஸ்தானும் நெருங்கிவருவதற்கான வரைபடம் ஏதாவது உங்களிடம் உள்ளதா?

நான் வெற்றிபெறுவேன் என்று நாம் நம்புவோம். ஒரு பொது செயல்திட்டத்துக்கு இந்தப்பள்ளத்தாக்கில் உள்ள அனைவரையும் ஒருகட்டுக்குள் கொண்டுவர எனது பங்கு இருக்கும். அந்தப் பொது செயல்திட்டம் இந்தியாவுக்கும் பாகிஸ்தானுக்கும் என இருதரப்புக்கும் அளிக்கப்படும். இரண்டாவதாக, மதவெறி அச்சுறுத்தலைச் சந்திக்க இந்தியாவிலுள்ள அனைத்து எதிர்க்கட்சிகளையும் நான் ஒருங்கிணைப்பேன்.

சமீபகாலத்தில் அமெரிக்காவும்கூட கஷ்மீர் பற்றிய சமரசத்தில் ஈடுபட விரும்புகிறது. இந்த நடவடிக்கையை நீங்கள் எவ்வாறு பார்க்கிறீர்கள்?

இருதரப்பு பேச்சுவார்த்தைகளின்மூலம் மட்டுமே கஷ்மீர் பிரச்சனைக்கு தீர்வுகாணப்படவேண்டும் என்று இந்தியா நம்புகிறது. நாமும்கூட அதை ஒத்துக்கொண்டோம். பற்பல ஆண்டுகளுக்குப் பிறகும்கூட இந்தியா- பாகிஸ்தானால் எதையுமே சாதிக்க முடியவில்லையே. இந்தப்பிரச்சனைக்குத் தீர்வுகாண இந்தியா, பாகிஸ்தானோடு எந்த ஒரு சாதகமான நடவடிக்கையையும் மேற்கொள்ள இயலாவிட்டால், ஒரு அமெரிக்கர் இந்திய கஷ்மீர் எல்லையில் நதிநீர் பிரச்சனைக்கு ஒரு முடிவுகண்டதுபோல், கஷ்மீர் பிரச்சனையிலும் அமெரிக்காவின் சமரச முயற்சி தேவை என நாங்கள் உணர்கிறோம். இந்தப்பிரச்சனைக்கும் ஒரு தீர்வுகாண அமெரிக்காவால் முடியும் என்பதற்கான நேரம் வந்துவிட்டதுபோல் தோன்றுகிறது.

உங்கள் கட்சி 'சுயாட்சியை' ஒரு அரசியல் தீர்வாகக் கொண்டுள்ளது. மேலும், கடந்த காலத்தில் 'எல்லைக்கட்டுப்பாட்டுக் கோட்டை' (Line of Control) **ஒரு அனைத்துலக எல்லையாக்க வேண்டும்' என்றும் கோரியது. இப்போது தேசியமாநாடு எந்த நிலைபாட்டை மேற்கொண்டிருக்கிறது?**

'சுயாட்சி'யைப்பற்றி கடந்தகாலத்தில் எடுத்த அதே நிலைபாட்டில்தான் நாங்கள் இருந்துவருகிறோம். அதுதான் ஆரம்பம்முதலே எங்கள் நிலைபாடாக இருந்துவருகிறது. மத்திய அரசு 370ஆவது சட்டப்பிரிவை மெல்லமெல்ல நீர்த்துப்போக வைத்துவிட்டது. இந்தப் பள்ளத்தாக்கில் நீங்கள் அமைதியை விரும்புவீர்களானால், நீங்கள் 1953இல் இருந்த நிலைமைகளுக்குத் திரும்பிச் செல்லவேண்டும். 2000த்தில் எனது தாயாரின் உடல் இந்தத்தோட்டத்தில் வைக்கப்பட்டிருந்தது. அப்போதைய பிரதமர் வாஜ்பேயியும், உள்துறை அமைச்சர் எல்.கே. அத்வானியும் இங்கு வந்தார்கள். நாங்கள் கூட்டணியைவிட்டு விலகிக்கொண்டிருந்தோம். ஆனால், அவர்கள் விலகவேண்டாம் என்று கேட்டுக்கொண்டார்கள். சுயாட்சி பற்றி விவாதிப்பதாகவும் உறுதியளித்தார்கள். அப்போதைய திட்டக்கமிஷன் துணைத்தலைவர் கே.சி.பந்த்-ஐ அவர்கள் நியமித்தார்கள். அவரும் ஒரு கூட்டத்தை நடத்தினார். ஆனால், எந்த முடிவுக்கும் வரவில்லை. பின்னர் பா.ஜ.க.வின் தலைவர் அருண்ஜெட்லி அந்த இடத்துக்கு வந்தார். அதன்பிறகு ஆட்சி கவிழ்ந்தது. எங்களுடைய அறிக்கை இன்னும் பா.ஜ.க.விடம் இருக்கிறது. அவர்கள் என்றாவது ஒருநாள் அதற்கு ஏற்பளித்தாகவேண்டும்.

எல்லையைப் பொருத்தவரை நாம் 'எல்லைக் கட்டுப்பாட்டுக் கோட்டை' வழிவிடும் எல்லையாக ஆக்கவேண்டும். அப்படிச்செய்தால் மக்களுக்கு வர்த்தகச்செயல்பாடுகளை மேற்கொள்ளவும், உறவினர்களைச் சந்திக்கவும் எளிதானதாகிவிடும். இது காயத்தை சிறிதளவு ஆற்றும்.

உங்களுடைய அரசியல் வாழ்வு 40 ஆண்டுகளாக நிலவிவருகிறது. இந்த எல்லா ஆண்டுகளிலும் நீங்கள் எப்போதாவது கஷ்மீர் பிரச்சனைக்கான தீர்வு நெருங்கிவருவதாக உணர்ந்தீர்களா? அமைதி தவழும் கஷ்மீரை நீங்கள் எப்போதாவது கண்டீர்களா?

முன்னாள் பாகிஸ்தான் ஜனாதிபதி ஜெனரல் பர்வீஸ் முஷாரப் உடனான கலந்துரையாடல் எங்களுக்கு நம்பிக்கையை ஏற்படுத்தியது. நான்கு அம்ச செயல்திட்டத்தின்மூலம் ஒரு தீர்வு சாத்தியம் என நாங்கள் எண்ணினோம். பாகிஸ்தானின் முன்னாள் அயலுறவுத்துறை அமைச்சர் ஒருவர் டெல்லியில் என்னிடம் ஒரு செயல்திட்டம் கையில் உள்ளது என்று கூறினார். அவர்களை நான் வெளிநாட்டிலும்கூட சந்தித்தேன். அந்த நேரத்தில் ஒரு நல்ல தீர்வு வரும் என அவர்கள் நம்பிக்கையுடன் இருந்தார்கள்.

வரலாற்றை நீங்கள் பின்னோக்கிப் பார்க்கும்போது, எந்த நிகழ்வு உங்களை மிகவும் வருத்தியது? 1953இல் ஷேக் அப்துல்லா கைது செய்யப்பட்டதா? அல்லது, 1975இல் ஷேக் அப்துல்லாவுக்கும், இந்திரா காந்திக்கும் இடையே கையொப்பமானதா? அல்லது, 1984இல் உங்கள் அரசு கவிழ்க்கப்பட்டபோதா?

1953இல் நான் மிகவும் இளைஞனாக இருந்தேன். இருந்தபோதிலும், நான் கூட்டங்களில் பேசினேன். ஒருமாதம் கைதுசெய்யப்பட்டு அடைக்கப்பட்டேன். மிகவும் மோசமான நிகழ்வு 1984இல் தான். மக்களால் தேர்ந்தெடுக்கபட்ட சட்டப்பூர்வமான எங்கள் அரசு, எங்களில் சிலரையே விலைக்குவாங்கி கவிழ்க்கப்பட்டது. அது இன்றும்கூட வலிக்கிறது. மத்திய அரசு எப்போதும் எனது தந்தையையும், என்னையும் சந்தேகத்துக்குரியவர்களாகவே நடத்தியது. அவர்கள் எங்களுக்கு என்ன செய்தார்களோ, அதற்கான விலையை இப்போது கொடுத்துக்கொண்டிருக்கிறார்கள்.

உங்களுடைய தந்தை ஜனநாயகம், மதச் சார்பின்மை, சமத்துவம் ஆகிய மதிப்பியல்களுக்காக நின்றவர். அவர் கஷ்மீர் இந்தியாவோடு இணைவதை ஆதரித்தவர்.

இல்லை. எனது தந்தை இந்தியாவோடு இணைவது என்ற

நிலையோடு எதையும் செய்யவில்லை. அது மஹாராஜா ஹரிசிங்-ஆல் கையொப்பமிடப்பட்டது. எனது தந்தை 370ஆம் அரசியல் சட்டப்பிரிவை இணைத்தார். அதன் துவக்கம் மிக நன்றாக இருந்தது. ஆனால், இந்த ஜனநாயகத்தின் கீழே உள்ளதளம் ஆட்டம் காண்பதை எனது தந்தை மிகவிரைவில் உணர்ந்துகொண்டார்.

உங்களது அரசியல் வாழ்வின் துவக்கத்திலிருந்து இன்றுவரை எந்த அரசியல் முடிவை எடுத்ததற்காக நீங்கள் மிகவும் வருத்தப்பட்டீர்கள்?

அத்தகைய எந்தஒரு அரசியல் முடிவையும் எடுத்ததாக நான் கருதவில்லை. நான் எப்போதும் போராடிக்கொண்டிருக்கிறேன். எனது கொள்கைகளுக்காக உறுதியாக நின்று அதனால் ஆட்சி அதிகாரத்தை இழந்திருக்கிறேன். 1983இல் நாங்கள் கொண்டுவந்த மறுகுடியமர்த்தும் மசோதாவை டெல்லியில் உள்ளவர்களால் ஏற்கமுடியவில்லை. எனவே, அதற்கான விலையை 1984இல் நான் தந்தேன்.

- *தி ஹிந்து 12.4.2017 நாளிதழ்*

www.thehindu.com வலைத்தளம்

செ. நடேசன்

முன்னாள் பொதுச்செயலாளர்– தமிழ்நாடு ஆரம்பப்பள்ளி ஆசிரியர் கூட்டணி, முன்னாள் அகில இந்திய செயலாளர் –இந்தியப்பள்ளி ஆசிரியர் கூட்டமைப்பு, முன்னாள் ஆட்சிக்குழு உறுப்பினர்– ஜேக்டீ–ஜேக்டீ பேரமைப்பு டீடோஜேக்.

சில மொழிபெயர்ப்பு நூல்கள்:

கஷ்மீரி தேசியத்தின் பல்வேறு முகங்கள்

இந்தியா எதைநோக்கி?

மாவீரன் சிவாஜி: காவித்தலைவன் அல்ல காவியத்தலைவன்

ஸ்டாலின் பற்றிய குருச்சேவின் பொய்கள்

மாவோ சிந்தனைகள் வழியில் அக்குபஞ்சர் இரகசியங்கள்

சட்டோபாத்யாயா குழு பரிந்துரைகள்

கல்வியின் மீதான மதவெறித்தாக்குதல்கள்

புற்றுநோயை வெற்றிகொள்ள